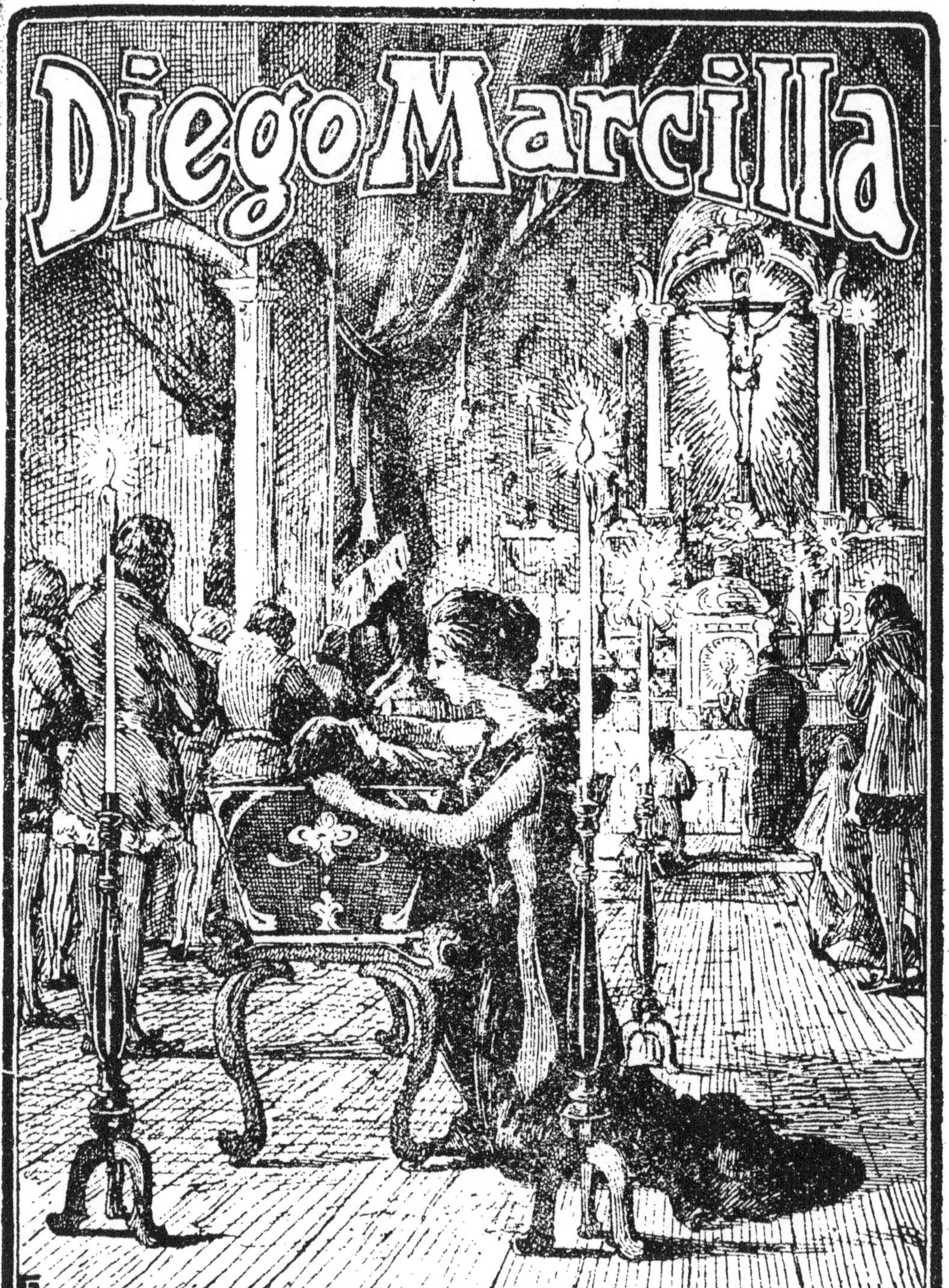
Diego Marcilla

BUHAY

NANG

DALAUANG MAGCASINTAHAN

NA SI

Diego Marcilla at ni
Isabel de Segura

SA CIUDAD NANG TERUEL.

Icalauang pagcalimbág.

MAYNILA: 1916.

LIMBAGAN AT AKLATAN

NI

J. MARTINEZ

P. Moraga 34-36, P. Calderón 108 at Estraude 7, Binundók.

¡AVE GRATIA PLENA!

OH *Sedes sapientiæng* mapagpálang Iná
na sa carununğa,i, luclucang talagá,
yaring aquiñg munting dúnong na nacaya,
inihahandóg co sa mahal mong paá.

Yamang icao,i, yaóng *Talang maliuanag*
maguing sa catihan at maguing sa dagat,
yaring alipin mong nahalíc sa yapac
nagmamacaamong papagcamtin galác.

Alín yaóng dunog na alay sa iyó
at alín ang galác na hinihiñği co,
cundi ang nacayang tinulá,t, vinerso,
galác na cun hindí pulaan nang tauo.

Caya ang bilin co sa magsisibasa
sa pamamaguitan niyaóng Vírgeng Iná,
anoman ang culang na verso at sobra
dagdagá,t, bauasan at pagtacpán nila.

Ninasa nang loób na aquing saysayín
cay Diego Marcillang búhay na naratíng,
sampuóng casintahang bunying si Isabél
na magcapit bahay sa ciudad nang Teruél

Aquing mumulán na sa cahoy pag-aquiat
cahimanauarì aco,i, magcapalad,
sumapit sa dúlo na ualáng bagabag
at hindi magcamít nang púla at libac

Puno nang salita.

NANG unang panahón na camamatay pa
nang haring D. Sancho sa reinong Castilla,
ay ang humalili yaóng anác niya
na apat na taón ang edad na dalá.

Ang pañgala,t, bánság ay si D. Alonso
anác na naiuan nang haring D. Sancho,
nğuni hangáng bátang di dapat magcetro
nanğag halal muna bilang interino.

Ang nanğabutusan na mag-aalága
at sa boong reino ay nanğanğasiua,
ay ang manğa Castro mahal palibhása
parang cahalili niyóng haring báta.

Nğuni,t, nanaghili yaóng ibáng mahal
at naghahanğád ding silá ang mahalál,
siyang pacaguló niyaóng caharian
nagcahati-hati tanáng calooban.

Sampó pa nang hari na si D. Fernando
sa reino nang León ay humalo rito,
sapagca,t, capatid nang haring D. Sancho
at máma nğang boó nang haring Alonso.

Siya,i, nagpipilit dapat mag-alaga
dito sa pamangquín hangáng siya,i, báta,

ñguni at sa loób caibá ang bantá
ibig na lupiguin ang Castillang lúpa.

Gayondin ang haring Sancho sa Navarra
nag isip mag gayác nang isang armada,
caniyang sinalacay sinámsám pagdaca
ang ibáng lupaing sacop nang Castilla.

Sabihin pa bagá mañga caguluhán
ang boóng Castilla,i, hindi magcahusay,
pitóng taóng singcád na di magcamayao
caya,t, ang guinaua,i, nagbagong isipan.

Isinalin nilá ang cetro,t, corona
sa haring Alonso cahima,t, bata pa,
siya ang naghusay sa reinong Castillá
at nañgapayapa ang vasallos niya.

Pagcocorona ñga nang haring Alonso
di mumunting sayá quinamtán nang reino,
naquipagcasundó sa haring D. Sancho
caya,t, naisaulî ang sinamsám nito.

Ang haring Alonso cahiman at bata
maalam na lubós siyang mamahala,
lahat nang ciudades caniyang guinala
napauî ang unós tulóy napayapa.

Sa nabalita ñgang mañga carunungan
nang haring Alonso gayondin sa tapang,
isang bagay lamang ang di nalabanan
siya,i, napagumon sa sintáng mahalay.

Dahil sa naquita na isang dalaga
na nababalita sa diquit at gandá,
ñguni at ang láhi ay dugóng hebrea
púso ni Alonso,i, nabihag pagdaca.

Nauili ang púso sa dalagang itó
halos nalimutan na siya i, may trono,
nagpabayang tunay sa caniyang reino
dahil sa pagsinta isip ay naguló.

Caya,t, ang nasapit nang sangcahariang
haráp sa paglaqui gayón sa pagyaman,
mulá nang ang púno,i, humilig namahay
sa capabayaa,i, nahila ang bayan.

Maquita ang gayón nitóng mañga moro
pagdaca,i, nag-gayác nang malaquing hocbó,
sa dácong Bética,i, tinipon ang tauo
at sasalacayin ang boóng Toledo.

Ang haring Alonso,i, dinatnáng balita
ang canilang hocbô,i, agád inihandâ,
sacá naparoó,t, sinalubong nañgâ
hocbó nang caauay macapál na lubhá.

Quinapós nang palád ang haring Alonso
at siya,i, tinalo niyaóng mañga moro,
sabihin pa bagá nilupig na rito
ang calacháng lúpang sacóp nang Toledo.

Di mumunting sindác nğ boóng Castilla
sa pagcabalita na natalo sila,
ualá na anilang dapat biguiang sála
cundi ñga ang haring nàhilig sa sintá.

Caya,t, ang guinauá,i, lihim na pinatáy
babaying hebreang naguing casintahan,
nang haring Alonso,t, yáón ang dahilán
pagcatalo nila sa mañga calaban.

Ang haring Alonso,i, humilíng pagdaca
sa morong caauay na itiguil muna,

nang munting panahón yaóng pagbabaca
at pag-uusapan ang payapain na.

Hangáng niyayári ang usapang itó
ang obispo naman doón sa Toledo,
siya ay nagyacag nang maraming tauo
at sasalacayin yaóng manğa moro.

Sa canilang gauà na pagpapahirap.
nagalit ang sultán sa Africang ciudad,
caramihang moro,i, tinipon nang agád
gumayác nğ hocbóng capál ay di hamac.

Nang magcapisan na ang dalauang hocbó
manğa almohades sampuong africano,
sabihin ang capál niyaóng ejército
at tambing nilusob ang manğa cristiano.

Sa manğa victoriang canilang quinamtán
tinangcang lipulin ang manğa binyagan,
ang boóng España,i, mabihag na tunay
at ang Europa ay maguing talunan.

Ang lahat nğ bayang canilang mapasoc
tauo,i, napapalís parang sinasalot,
cayá nğa,t, ang parca,i, hapó na at pagód
pagquitil nang búhay na catacot tacot.

Maquita ang gayón nang manğa cristiano
nag-isip pisanin ang canilang hocbó,
agád nagpasabi ang haring Rodrigo
sa Leo,t, Navarra, cay Fernando,t, Sancho.

Canilang hiniling sa mahal na papa
na cun maugyayari,i, magca-indulgencia,
lahat nang sumama sa gayóng armada
at pagsasangaláng sa santa iglesia

Pinagcalooban nang papang marañgal
magca-indulgencia ang tauong sinomang,
sumama sa hocbó nang mañga binyagan,
maraming pumasoc tagá ibang bayan

Nğ magcapisan na ang dalauang hocbó
sabihin ang capál na di mamagcano,
ang pinacapúno,i, ang haring Alonso
hahanapin nila yaóng mañga moro.

Nagsilacad nañga ang mañga armada
sa reino nang Jaén sila ay tumumpá,
pagdating sa bundóc nang Sierra Morena
yaong mañga moro,i, natanáo na nila

Isang pastor doon ang lumapit agád
sa haring Alonso,t, gayarí ang saád,
aquing ituturô ang mabuting landás
pagpanhic sa bundóc hangáng sa itaás

Pagcariñgig nitó nang haring Alonso
agád nang tinauag ang conde de Haro,
at pinapagdalá nang mañga sundalo
sila,i, pinasama sa pastor na itó.

Nagsidatíng sila sa cataluctucan
ang banderang dala,i, agád niuagay uay,
nang matanao naman niyóng casamahán
agád nagsilacad sila,i, nagcapisan.

Ualang malay naman ang hocbó nğ moro
na na sa bundóc na ang mañga cristiano,
inihanay nañga ang mañga soldado
ang pinacaulo,i, ang haring Alonso.

Ang mahal na conde ay gayóndin naman
ang mañga navarro,i, pinagpupunuan.

ang tagá Aragó,i, casama ring tanan
at ibá,t, ibá pang doo,i, naquipisan

Yaóng manğa moro nama,i, nagsilusob
sabihin pa bagá nang itó,i, magdoóp,
lúpa,i, nayayaníg, ang quidlát at culóg
nang manğa sandata,i, caquilaquilabot.

Ang mahal na conde,i, agád sumagasa
cahima,t, ang lagay haráp sa pagtandá,
nğuni at ang tapang muláng pagcabáta
hangáng sa tumandà ay nababalita.

Cahima,t, cacauntî ang dalang soldado
agád namiyapis sa hocbó nang moro,
dito ay naguipít sa daming totoó
nang tanang calabang manğa sarraceno

Sa guitná nğa nitóng mğa pamumucsá
ang búhay nang conde,i, panğanib na lubhá,
di caguinsaguinsa,i, lumitáo na biglá
isang bagong Marteng sumicat sa lúpa.

Parang isang lintíc nang pamimiyapis
yaóng manğa moro,i, halos pinapalís,
nang bitbit na caliz na may halong galit
ang búhay nang conde,i, naligtás na pilit.

Ang mahal na conde i, parang ualang malay
at di umasang siya pa,i, mabuhay,
sa capál nang moro na manğa caauay
ay ualang pagsalang di siya mamatáy.

Caya bagá siya,i, parang bagong guising
noóng pagcaligtás nang búhay na angquin,
muc-ha,i, tuminğalang casabay ang turing
¿síno ca bang ángel nagligtás sa aquin?

Nagligtás na itó,i, bagong-tauong basál
tabas nang catauan ay timbang na timbang,
tunay na bayani sa lacás at tapáng
sa gandáng lalaqui Adonis na tunay.

Ang uica nang conde,i, bayaning guerrero
yaríng aquing búhay utang co sa iyo,
huag cang lalayó dini sa siping co,t,
aquing gagantihin ang manga gauá mo

Humihip ang clarín at manga trompetas
minulán na naman manga paglalamas,
ang galit ni Marte,i, dito na nagningas
nagdilím ang arao sa tanghaling tapat.

Ang caliuanaga,i, pilit na natacpán
sa espada,t, sibát na umiilandáng,
ang morrión at péto na nagniningningan
pauang nagsisabog natacpán ang Arao.

Paglalabang itó,i, caquilaquilabot
sa capál nang moro,t, manga sarracenos,
napagod din nama,t, umurong na lubós
ang hocbó nang morong parang sinasalot

Ang mahal na conde,i, siyang una-una
pumasoc sa ciudad na tinalo nila,
ang bunying *cruzado* ay casamasama
at canilang lubós ang cámpo,t, victoria.

Doon sa palacio na tinitirahán
ni Miramamolin piling hinirang
nang haring Alonso na pagpahingahán,
ang iba,i, humanap nang manga tahanán.

Ang mahal na conde sa cabilang sampád
casamang *cruzado,i*, caniyang niyacag,

na magpahíngalay mapaui ang puyat
at pagod sa madlang manga paglalamas.

Ang uica nang conde lumapit ca rito,
icáo bagong Marte na·hinahangaang co,
lumapit ca,t, aco,i, pacayacapin mo,t,
busuguin ang púso sa tuáng tinamó.

Halina bayaning pinagcautangan
niyaríng aquing búhay hayo na,t, isaysay,
¿cun icáo ay sino at cun taga saan?
nang aquing matantó upang mabayaran.

Sagót nang *cruzado,i,* ang dapat mag ingat
nang mahál mong búhay di dapat mautás,
ang guinauà co po,i, ang naguiguing dapat
sa isang gaya cong sa ibá,i, magligtás.

Niyacap na muli na pinacahigpit
nang mahal na conde at saca nagsulit,
nagningas ang nása na aquing mabatid
ang iyong pangala,t, gagantihing pilit.

Ang manga gauá mong mahalagang tulong
pagligtás sa bayan at sa haring poón,
pilit gagantihin nang dapat at ucol
acó ang bahalang sa iyo,i, tutulong.

Anitóng *cruzado* salamat aniya
cun icao ay maguing para co nang amá,
ang hirap nang puso,i, upanding magbaua
at aquing macamtán ang násang ligaya.

Ang uica nang conde anó bagang hirap
ang iyong sinabi hayo,t, ipahayág,
bacá macatulong acóng macaauás,
dapat mong asaha,t, gagauin cong agád.

anopa,t, sinomang palaring tuminḡin
pauang matutua,t, púso,i, ma aalio

Ang aquin pong iná nang panahóng yaón
nag anac nang isa na lalaquing sangól,
paglabás sa tiyan namatay rin noon
talaga na yata ang pagcacataón.

Caya,t, nagpasúso ang iná cong hirang
sa batang Isabél at inalagaan,
ang pañḡanḡasiua niya,t, pagmamahal
mahiguit pa mandin sa anac na tunay.

Ano,i, sa lumàquí quinuha nang amá
sa canilang bahay dóón pinatirá,
nḡuni,t, umalis man laguing alaalà
yaóng nag alagang quinaguisnang iná.

Palibhasa cami,i, magcalapit bahay
niyong mumuntí pa,i, nanḡagcaibigan,
sa paglalaró man at sa paglilibang
ay caming dalaua,i, di naghihiualáy.

Habang Jumalaqui,t, cami,i, tumutubo
nag uusbóng naman ang sintá sa púso,
anopa,t, sa aquing pagsinta,t, pagsuyo
capuà na caming di ibig malayo.

Ipinahayág co sa mahal cong amá
púso co,i, nagapos sa daquilang sintá,
doon cay Isabél at hilinḡín niya
sa bunying D. Pedrong acó,i, tangapín na.

Ay may cahirapan sagót nang amá co
na icáo,i, tangapín niyong si D. Pedro,
yaon ay mayamang natatalastás mo
at tayo,i, mahirap maláyong totoó.

Cun gayón anaquin acó ang haharáp
at sa cay D. Pedro ay maquiquiusap,
ang aquing pagsintá sa caniyang anác
mangyaring tangapin cun maguiguing dapat.

At aquing sinabi naman cay Isabél
ang inacala co na manğa gagauin,
yaón ay mabuti ang sagót sa aquin
magsabi cay amá ang lalong magaling.

Sa pagcatinğin co .icáo,i, minamahal
sa puso ni amá magpacailán man,
inaasahan cong di ca tatanguihán,
at tila batid na ang ating sintahan.

Siya ang guinauá acó,i, naparoon
doon cay D. Pedro,t, aquing inalunğoy
nang boong himutóc ang sadyá at layon,
ay aquing dininğig ang gayaring tugón.

«Aquing iisipin ang mabuti Diego»
«ang bagay na iya.i, malaquing totoó,»
«sisiyasatin co muna ang anác co»
«na di malalaon at matatantó mo»

Nang quinabucasan acó ay tumangáp
dalá nang alila cay D. Pedrong sulat
dito ang púso co,i, nabalot nang sindác
sa gunitáng bacá sulat na pang utás.

Dinalidali cong sulat ay binucsán
sa guitná nang madlang sindác calumbayan,
nang aquing mabasa,i, yaring catauhan
di co namalayan ang quinalalaguian.

Ang uica sa sulat oh mabunying Diego
aquing pinag-isip ang manğa sabi mo,

ñgayon ay dinguin mo ang casagutan co
si Isabel lubhang báta pang totoó.

Di natatalastás manğa catungculan
nang isang babaying may sariling bahay,
ang panğanğasiua sa nasasacupan
palibhasay báta culang caisipán.

Isa pa sa roon iyang lagay ninyó
di macapapantay sa ibibigay co,
ang bunsó cong anác saganang totoó
sa ari at yamang mamanahin nitó.

Pagcabasa co na nang nasabing sulat
ang nutóc na culóg at masidhing quidlát,
sa loob co,t, púso,i, hindi nacasindác
para nang matantó cay D. Pedrong saád.

Acó,i, napalugmóc at tuloy nanglomó
agad na nagsará sa sariling cuarto,
pinag isip isip na cun papaano
ang mabuting gauin sa lagay na itó.

-Ang aquing capatid siyang inutusan
sa sintang Isabel lihim pagsabihan,
na cun mangyayari acó ay tanuran
na sa hating gabi,i, macasalitaan.

Ang bunsóng capatid agad nang lumacad
at sa cay Isabel ay naquipag-usap,
di naman tumangui niyong pagbubucás
nang bintana,t, aco,i, hihintin sa tapat.

Pagdating nang oras aco,i, napatunğo
sa tapat nang habay nang sinta,t, búhay co,
Isabel dumunğao ang uinica,i, Diego
¿anó ang nangyari sa usapan ninyó?

. Sagót ni Isabel ay tumahimic ca
acó ang bahala na maquipagquita,
pagca,t, acó,i, mahal sa púso ni ama
ang aquing pagluhog maasahan na.

Ipaquiquita co nang luha,t, pagdaing
ang sintahan natin na di mapupuing,
cun sa camahalan ay capantay co rin
sa gandang ugali ualá nang pupulhin.

Ang lahat nang ito,i, cun ualang masapit
abang aquing ama,i, hindi rin maquingig,
uala nañgang ibá cundi ang mañgapit
sa tagá pag ampón nating mañga leyes.

Paampon sa leyes ang naguing sagót co
yaon nga,i, matuid ñguni at dinguin mo,
anóng uiuicain nitóng boong mundó
biniguian cong sáquit loob ni D. Pedro.

Aquing hahanapin cahit mapañganib
ang carañgalan co sa matang tititig,
at ang cayamanang hanap na malinis
nang macabagay mo,t, maca-isang dibdib.

Camunting panahón ang hinihiling co
na aco,i, maualay sa mañga mata mo,
aco ay sasama sa mañga *cruzado*
sa gayac na hocbó nang haring Alonso.

Sagót ni Isabel ¿anóng iyong uica
camunting panahón icao,i, mauauala?
sa mañga pañganib icao,i, sasagasa,—
huag nañga Diego, huag mong magaua.

Cun ang aquing ama,i, magmamatigás din
at hindi papayag sa aquing nahiling,

magpanibago ca at pumiling tambíng
nang ibang magandang sucat na sintahin.

Tiguil ca Isabél ang naguing sagót co
huag ipatuloy ang mañga sabi mò,
acala mo yata,i, mabubuhay acó
cun mauauala rin pagsinta sa iyo.

Ang sugat nang púso,i, huag nang ululan
nang mañga salitang di ibig paquingán,
¿síno ang papaui niyaring casaquita,i,
mañga calumbayan cundi icao lamang?

¿Saan quiquitain ang mabisang gamót
nang abá cong púsong namahay sa lungcót?
ualang caaliuan yaring aquing loób
cundi macatitig sa iyong alindóg.

Icao nañga lamang ang macaaalio,
icao ang papaui nang uláp na dilím,
at icao rin naman ang siyang pipiguil
sa búhay cong abang patuñgo sa libing

Aquing lalacarin malayo mang lupa
ang tanang pañganib uaualing bahala,
malauac na dagat tatauiring cusa
sa pagpapatayan aco,i, sasagasa.

Salita,i, napatíd dahil nacaramdam
sa loob nang cuarto na may nag iiñgay,
caya,t, ang bintana,i, agad nang sinarhan
aco,i, umuí na sa sariling bahay.

Halos di maidlíp sa boong magdamág
aquing nininilay ang abá cong palad,
uala ñgang mabuti cundi ang humanap
nang sariling dañgal na icatatanyág.

MARCILLA.   2

Ualang ano ano,i, nang quinabucasan
ang aquing capatid aco,i, tinauagan,
aniya,i, doroon acó at dumalao
doón cay Isabél at naquipanayam.

Ang sabi sa aquin ang caniyang amá
ay nacamalay rao sa inyong dalaua
na nagcacausap sinubucan niya
malaquí ang galit at siya,i, minura.

Caniyang sinabi ang catotohanan
na cayóng dalaua,i, nagcacasintahan,
nahalatá niya na tila aayao
dahil sa lagay mong mahirap ang búhay.

Cun gayón anaquin taning nang totoó
talaga nang langit ang maghirap dito,
aco,i, magsasadya,t, ipatatantó co
ang aquing gagauin doon cay D. Pedro.

Nang dumating doon acó ay tinangap
niyong si D. Pedro,i, parang nagagalác,
nag upuan cami at ipinahayag
lamán nang púso co nang gayaring saad.

D. Pedro ay yamang hindi mo payagan
ang mahal mong anác sa aqui,i, macasal,
dahilan na acó,i, mahirap ang búhay
acó,i, may acalang humanap nang dangal.

Limang taóng hustó itulot sa aquin
na cun mangyayari acó,i, iyong hintin,
huag pipilitin puso ni Isabél
hangang di matupad ang panahong taning.

Acó ay sasama sa mangá *cruzado*
sa gayac na hocbó nang haring Alonso,

na ipagtatangól itong ating reino
sa mañga caauay lilong mañga moro.

Doon quiquitain ang icararañgal
cahit pagcabilhán niyaring aquing búhay,
sa pagtatangól co nitóng caharian
sa tulong nang lañgit aquing macacamtan

Ñg cun magcagayón aco,i, maguing dapat
sa mahal mang anac maca isang palad,
sagót ni D. Pedro maganda ñgang hañgad
ang inacala mo,i, aquing tinatangap.

Ang pagcatotoó nitong pañgaco co
aquing tinatangáp ang hinihiling mo,
Isabél tinauag pinaharap dito
na pinacasacsí nang pañgacong itó.

Isabél pumasoc natiguil na biglá
muc-ha co,i, maquita bangcay na mistula,
siya,i, napatayóng patuñgó ang muc-ha,
ang ama,i, nañgusap gayarí ang uicà:

Isabél, aniya, ay iyong paquingan
si Diego,i, humiñgí nang taning na arao,
limang taong singcad na tayo,i, maghintay
at siya,i, hahanap nang yaman at dañgal.

Sa hilíng na yaón aquing tinatangáp
siya,i, hihintin cong limang taóng singcád,
cayo,i, babayaang dalaua,i, mag-usap
cun sa ganang aquin yaon ñga ang dapat.

D. Pedro,i, nagtindig at cami,i, iniuan
na macapag usap sa gayong tipanan,
nang cami mag-isa,i, sabay natiguila,t,
di macapañgusap parang sinasacál.

Anopa,t, ang aming lagay na dalaua
niyapós ang puso nang sing-isang dusa,
mapamaya-maya aco ang nañguna
nagsabing casabay ang buntóng hiniñá.

Anó baga poón sinta cong Isabél
pumapayag ca na .sa hiñí cong taning,
sa guitná nang hocbó,i, aquing hahanapin
mañga carañgalang aquing ihahayin.

At sa icalauang .arao ñganing singcad
acó ay handá na. sa aquing paglacad,
anitong Isabél ¡sa abá co .palad!
limang taóng arao aco,i, maghihirap.

¿Saang ca tutuñgo, saang ca susugbá?
sa lalong pañganib nang daquilang guerra,
doón ang buhay mo,i, marahil mapaca,
¡abá co, Dios co, di co mababatá!

Hindi co ñga ibig na dahil sa aquin
ang mahal mong búhay caya maquiquitil,
di co mababatá oh Diego cong guilio
aco,i, mamatay cun alalahanin.

Nagbuntong hiniñga,t, biglang napasigao
sa sillang luclucan ay napahandusay,
nariñgig nang ama,i, agad dinaluhán
canilang dinalá sa camang hihigan.

Sa cabilang cuarto,i, pumasoc pagdaca
at aco,i, talagang hindi na sumama,
sa tacot cong baca cun aco,i, maquita
magtuloy mapatid ang tañgang hiniñá.

Mapamayamaya,i, aquing naalaman
sa mañga alila na nasauláng búhay,

ang sintang Isabél at mabuting lagay,
munting guminhaua púso cong may lumbay.

Aquing pinatauag ang caniyang ama
na cun mangyayari macausap sïya,
bago aco manao pa-aalam´muna
si D. Pedro nama,i, pumayag pagdaca.

Aquing idinaíng nang boong paghibíc
lúha sa matá co,i, di mapatid-patid,
naquita mo na pó ang napagsasapit
ang sintahan nami,i, ualang casing-higpit.

Yaong si D. Pedro gatila nahambal
sa aquing paghibíc sampong carainğan,
caya napatiguil at pinaquiquingan
tila nahahabag cun aquing pagmasdan.

Nğuni,t, nanaig din an púsong matigás
yaóng casaquimán sa ari at pílac,
ang uica sa aquin aco ay tutupád
sa naipanğaco hayo nà,t, lumacad.

Aco,i, nanaog nang púso ay may lumbay
icalauang arao aco,i, napaalam,
sa aquing magulang at uala nang liban
ang aquing pag-alis paghanap nang danğal.

Aquing guinayacán ang isang cabayo
armas co,i, guinamit at sampo nang peto,
at biglang sa silla aco ay lumucsó
susundin ang tica,t, aco,i, nagpatacbó.

Ang púso co,t, loob parang pinipiguil
pagdating sa muog at pinto nang Teruel,
aco,i, napatiguil at nilinğon co rin
ang bubóng nang bahay nang sintang Isabél.

Dumating sa ciudad niyong Zaragoza,
ay si D. Alonsong hari sa Castilla,
na tauag nang tauo sa gayac na guerra
aco,i, naqui-usap na aco,i, sasama.

Cami napatungo sa bayang Toledo,
dito,i, natitipon ang daquiláng hocbó;
ang iba pang bagay ay natatantó mo
hangáng iligtás ca sa camáy nang moro.

Nagpacalapit pa ang mahal na conde,
yacap acong mulî lalaquing bayani,
ngayon din lalacad acó,i, magsasabi
sa mahal na hari nang biguian cang ganti.

Sa manga gauá mong manga catapangan,
noón din lumacad ang condeng marangal,
nasunód ang nasà huminĝî nang danĝál,
si Diego,i, nataás at naguing capitán.

Ang uicá sa conde tantong di na lihim
ang balitang icao,i, lubhang maauain
itóng guinauá mong pagtingin sa aquin
ay malaquing utang na quiquilalanin.

Ang sagót nang conde ang gauá cong iyán
ay catungculang co,t, gauang catuiran,
sa manga tulong mo sa digmáng nagdaan
carampatan naman ang biguian cang danĝál.

Ngayo,i, capitan na ang ating si Diego,
nang icatlong arao lumacad ang hocbó
sa bayan Baesa hinabol ang moro
si Miramamolín díto napatungo.

Manga almohades na manga casama
pauang nangag-tago doón sa Mezquita,

ay doòn din naman nilusob ñga silá
Mezquita,i, sinunog at ualang tinirá.

Hindi tiniguilan nang manĝa cristiano
canilang sinundán tanang manĝa moro,
sa bayang Ubeda doo,i, nanĝag tacbó,
acala,i, matibay manĝa cúta nitó.

Hocbó nang cristiano,i, dumating na agád
pagdaca,i, quinubcób ang cúta nang ciudad,
sa ibabao nama,i, nanĝatatalatag
caramihang morong sagana sa armas.

Ang manĝa cristiano nama,i, naghihintay
ang trompeta,i, hipan tandá nang salacay,
maninĝas ang nasa nang manĝa matapang
nang magcadaóp na sa pagpapatayan.

Hinipan ang clarín siyang pagmumulá
niyong pagsalacay sa canilang cúta,
di inalintana caramihang pana,
at manĝa arrieteng uláng ang camuc-há.

Ang conde de Haro at casamang tanán
sila,i, nacalagay sa dacong silanĝan,
nag utos nang agád na yaóng pintuan
canilang sunuguin magbucás nang daán.

Siya nĝang guinauâ nang caballeria
sinunog ang pintó at dí alintana,
ang tunáo na tingang saboy sa canila
niyóng manĝa moro,t, may bató,t, pana pa.

Masunog ang pintó nagsipasoc agád
ang manĝa cristiano sa loób nang ciudad,
sabihin ang guló,t, manĝa paglalamas
cun manĝagcapingquí anaqui ay quidlát.

Na sa calunuran ang haring Alonso,
maquitang pumasoc ang conde de Haro,i,
nag utos nang agád sa manga sundalo
magsandíg nang hagdan umaquiat ang tauo.

Sabihin pa bagá nang mangacaaquiat
elemento maudín na nacagugulat,
ang dalauang hocbó sa paquiquitalád
bumahá nang dugó sa loób nang ciudad.

Nagtuloy pumasoc ang conde de Haro
sa loób nang ciudad casama si Diego,
sa paghabol nila sa hocbó nang moro
sila,i, napalayó sa daang totoó.

Maquita ni Diego sa isang lansangan
ang apat na morong pauang sandatahán,
caniyang hinabol caya,t, nahiualay
sa conde,t, iba pang manga casamahán.

Siya,i, napaligao sa daming calzada
na palico licó nacalimot siyá,
tumiguil nang muntí tumanáo-tanáo na,
nag isip bumalíc sa manga casama.

Sa paglico niya sa isang lansangan
siya,i, napatiguil at may napaquingan,
isang dumaraing nang cahambal hambal
agád nilapita,t, pinaquimatiagán

Voces nang babayi at nacacahauig
sa tinig nang sintang Isabél na ibig,
caya,t, di napiguil ang acay nang dibdib
pumasoc sa bahay at titingnang pilit.

Pagcapasoc niya doon sa pintuan
may naquita siya na nacahandusáy,

Alang-alang na pó sa pagca cristiano
sa pañgalan niẏaong Dios na totoo,
ay ipagsangalang yaring alipin mo,
quiquilanling utang nang puso,t, loob co

Sagót ni D. Diego tapat iyang turing
Dios nang cristiano,i, tantong maauain,
sa dí man binyagan canino ma,t, alín
ang mahal niyang aua,i, laganap na tambing.

Paris mo ñga ñgayon cahit dí binyagan
quinaauaan din naligtas ang búhay,
inaampón niya ang may catuiran
tuloy itinindíg sa pagayóng lagay.

Anó ang sabi mo ani Orfelina
aco ay hindi pa ñgayón ay cristiana,
cahit di binyagan ang amá co,t, iná
sa áua nang Dios acó,i, cristiana na.

At isang marañgál namang castellano
aug siyang nagbucás nang baít isip co,
ipinaquilala Dios na totoó
may gaua,t, may lalang nitong universo.

Nang acó,i, matuto,t, bait co,i, mamulat
sa aua nang Dios natutuhang lahat,
doctrinang binyagan ay aquing niyacap
lihim na lihim ñga acó,i, napabinyag.

At cun hindi sana aco,i, maguinhaua
sa búhay na ito,t, mayaman si amá,
lubós cong linisan at yaring cáloloua
sa balón nang apóy nang hindi magdusa.

Nagbuntóng hininga,t, tumulo ang lúha
¡ay amá co, ¿nahan? ¡napatay na yata!

Dionisio,i, nasaán anó,t, nagpabaya
at di mo daluhán ang sintá mo,t, mutyá.

Sa ganitóng lagáy mauiuili sana
si Diego Marcilla sa cay Orfelina,
nininilay niya na nacacapara
noóng si Isabél na casi at sintá

Púso ay naguisíng at parang nagulat
nasoc sa panimdim siya,i, tinatɛuag;
niyaóng catungculan sa paquiquilamas
mabigát na tungcól caibá sa lahat.

Pinag·iisip co na cun aquing iuan
abáng Orfelina sa ganitóng lagáy,
tila hindi dapat sa catuira,i, sinsáy
sa utos nang Dios ito,i, nalalaban.

Sa cabilá nama,i, aquing naiisip
yaríng catungculan ay lalong mahigpit,
ang mañga casama,i, na sa sa pañganib
sa paquiquibaca sa morong malupit.

Cayá ñga,t, nanaíg yaóng catungculan
at cay Orfelina,i, agad nagpaalam,
icao ay humanap nang pagtataguan
at acó,i, babalíc na di maliliban.

Itóng Orfelina,i, nagbuntóng hiningá
huag munang iuan acong na sa dusa,
bayaning guerrero acó,i, ipag-adyá
at iyong iligtás sa madlang pañgambá.

Ang sagót ni Diego di mangyari mandín
sa lugar na ito acó ay tumiguil,
ang Dios na Poon siya mong tauagui,t,
ipagtatangól ca sa madláng hilahil.

Hindi ·nğa mangyari na di quita iuan
aco,i, tinatauag niyaring catungculan,
hindi malalaoh babalic din naman
icao ay lumagay sa pagtataguan.

Cun gayó,i, hindi na ngayón masansala
ang pag-alis mong manğa binabantá,
medallang retrato,i, iniabót nanğá
sa cay D. Diego,t, gayari ang uica

Abót ang medalla nang aquing larauan
isabit sa liíg huag ihiualáy,
tuing maquiquita ay mapagninilay
acong iniligtás sa capanğaniban.

Inabót din naman nitóng si Marcilla
bago napaalam sa cay Orfelina,
cabayo,i, sinaquián at nagpatabó na
at siya,i, pumisan sa manğa casama.

Nang siya,i, málapit naringig ang ingay
ang moro,t, cristiano,i, nanğagpapatayan,
naquihalo nanğa,t, namiyapis naman,
nagsabog ang bangcay balang maraanan.

Caalam-alam nğa,i, isang africano
ang siyang sumipót na nanğanğabayo,
ang panğanğataua,i, malaquing totoó
at larauang tunay nang isang guerrero.

Agad sinalubong naman ni Marcilla
ibig na masuboc lacás tapang niya,
tumiguil ang moro,t, di man alumana
tinanong ang cadi cun nasaan aniya.

Sagót ni Marcilla,i, na sa sa infierno
doo,i, nanaog na ang cading hanap mo,

icao naman ñgayon ang susunód dito
hindi ca sasala sa mañga camáy co.

Pagca-uica nito,i, agad sinabayán —
nang isang mariin na tagáng pangpatay,
itong africano,i, agad nacasinsay
caya,t, ang cabayo,i, siyang inabutan.

Pagdaca,i, nabual nasabing cabayo
at naraganán pa itóng africano,
sa gayo,i, sumigao tiguil ca guerrero·
at aco,i, di moro cun hindi cristiano.

Lumalo pa mandin uica ni Marcilla,
lumalo ang laquí nang gaua mong sála,
ang Dios na Poon tinalicdán mo **na**
at iyong niyacap secta ni Mahoma.

Ang sagót nang moro,i, di tinatalicdán
ang Dios na Poon nang mña binyagan,
ang sauíng palad co ang naguing dahilán
acó ay naacay sa gayaring búhay.

Saca naghimutóc nang casindác-sindác
aniya,i, Dios co sa aqui,i, mahabág,
ang mañga sala co,i, tantóng mabibigát
ñguni,t, umaasa sa iyong patauad.

Itóng si Marcilla naman ay naaua
moro,i, ibinañgon sa pagcapahigá,
hindi macatindig paa,i, napilay ñga
bigát nang cabayong dumagan sa hita.

Sucat nañga lamang uica ni D. Diego
cun icao ma,i, moro ó caya cristiano,
sucat at naturan na capua tauo
aquing tutuluñgan nang macayanang co.

Mabunying guerrerong sa aqui,i, naaua
mangyaring tapusin ang magandang gauá,
hindi macalacad at aco,i, mahina
acó,i, iligtás mo,t, pangânib na lubba.

Ibig cong magbago niring aquing buhay
ang tanang salá co,i, nang mapagsisihan,
cun gayon ang sagót ni Marcilla naman
quita,i, ihahatid sa mabuting bahay.

Nang maihatid na,i, nalis si Marcilla
caniyang hinanap ang manga casama,
maquita ang conde na naquiquibaca
sa capál nang moro,i, dumaló pagdaca.

Sabihin pa baga ang pamimiyapis
nitong si Marcilla sa morong malupit,
sa pamucsá niyang matalas na caliz
ang manga calaban parang pinapalís.

Manga africano,i, nagsisúcong lahat
hindi nacatagál sa paquiquilamas,
caramihang yaman canilang natuclás
ang haring Alonso,i, pumasoc sa ciudad.

Marcilla i, nagtulóy sa dating tahanan
at sinalitá na sa condeng marangâl,
ang manga nangyari nang maghapon arao
saca nang matapos nangâgpahingâláy.

Nang quinabucasa,i, ang conde de Haro
uica cay Marcilla ngayon ay dinguín mo,
ang bagong balita ngayon ay dalá co
na pinagcaloob nang hari sa iyo.

Ang haring Alonso nag-utos na agad
ang manga pinuno,i, magtipong lahat,

sa ñgalan nang reino ay ipinahayag
pagpapasalamat sa canilang lahat.

Aquing sinalitá sa haring Alonso
itong hulí ñgayong mañga guinaua mo,
cun gayon ang uica inihahalal co
capitán nang dragón nitong boong reino.

—Sagot ni Marcilla,i, sucat mabalita
cagandahang loob na iyong guinaua,
sa nangyaring ito ay ano po caya
ang igagantí co sa madlá mong aua.

Ang sagot nang conde,i, aquing catungculan
magsabi sa hari nang dapat na biguian,
nang tapat na ganting mañga cataasan
sa mañga bayani,t, mañga matatapang.

Sapagca,t, dumating panahong tag init.
ang mañga sundalo,i, nañgagcacasaquít,
pinag-usapan na na magsisialis
sa canilang lupa nagsi-ouing pilit.

Sa panahong ito ay nagsicalat na
sarisaring secta,t, mañga heregía,
halos cumalat na sa boong Europa
pauang tumalicód sa santa iglesia.

Inisip na ñgani nang baring Alonso
na pauang usiguin mañga sectang itó,
na mañga caauay nang catolicismo
mag gayac nang isang malaqui ring hocbó.

Ñguni,t, cailañgang isanguni muna
sa mahal na papa na nasasa Roma,
inutusan nañgang maguing embajada
ay yaong obispo sa ciudad nang Osma.

At pinapagsama nang mañga sundalo
at caballeríang aagapay rito,
ang napagbutusan capitán D. Diego
siyang inihalal nang conde de Haro.

Nagsilacad nañga sampóng embajada
sila,i, nagsidaan sa reino nang Francia,
at sa Languedúc nagtuluyan sila
lupang quinalatan niyong heregía.

Dumating sa Roma nasabing obispo
humaráp sa papa na si Inocencio,
paghibic sa paa,i, inabót na rito
ang sulat na galing sa haring Alonso.

Minagaling naman nang mahal na papa
guinantí ang sulat nang haring monarca,
at isang cardenal ang ipinasama
nang canilang gauin ang lalong maganda.

Canilang daanin muna sa mahusay
ang mañga hereges canilang aralan,
at ipaquilala yaong casamaán
nang canilang sectang pinananaligan.

Nagsilacad nañga mañga embajada
sila ay nagbalic sa reino nang Francia,
canilang nilacbay ang Septimania
at bago nagtuloy hangang Occitania.

Ang lahat nang tauo ay inaaralan
mañga licóng secta ay canilang iuán,
anomang pañgaral ay di man paquingán
mañga albigences nabulag na tunay.

Canilang inisip maghanda nang hocbó
niyacag ang lahat na mañga cruzado,

maraming sumama namang italiano,
alemán at francés maraming totoó.

Ang pinacapunong inihalal nila
ang conde de Monfort sapagca,t, bihasa,
sa pamamahala sa alin mang guerra
itong condeng ito,i, nababalita na

Pinasimulán na ang pamimiyapis
nang manga cruzado sa manga hereges,
ay lalong cumapál at nangagsisanib
ang conde Bisiers, Cominges at Foix.

At ang hari namang ngala,i, si D. Pedro
sa reinong Aragón humalo rin dito,
ito,i, nacasama nang haring Alonso
sa paquiquibaca sa moro at turco.

Cun ano,t, cun baquin lubós tinalicdan
ang paquiquisama sa manga binyagan,
ang manga hereges siyang tinulungan
caya nga,t, dumami ang manga caauay.

Ang conde de Monfort dinatnang balita
ang manga caauay daming di cauasa,
cahima,t, cacaunti ang canilang handá
lumabas pagdaca sa paquiquidigmá.

Canilang binihag ang condadong Foix
ang ciuadad nang Albi,i, tinalo ring pilit,
sabihin pa baga ang pamamiyapis
bangcay ay nagsabog parang inihaguis.

Sila ay nagtuloy sa bayang Tolosa
dito,i, natitipon maraming armada,
hari sa Aragón siyang nangunguna
agad nagsagupá nang caguitlá-guitlá.

MARCILLA.   3

Sa calacasan nga niyong paglalamas
ang haring D. Pedro,i, inabot nang sibát,
cataua,i, natuhog agad nabaligtád
sa cabayo niya namatay at sucat.

Pagcamatay niya,i, siyang pagcatacot
nang calabang hocbóng parang sinasalot,
sa dahás nang tabác nang conde de Monfort
gayondin cay Diegong caquilaquilabot.

Nang ualang magauá ang manga caauay
napatalo nanga,t, nagsisucong tunay,
ang conde de Monfort lubós nagtagumpay
casama si Diegong ipinagdiriuang.

Matapos ang guerra,i, nangagsi-ouí na
obispo sa Osma,t, saca si Marcilla,
nang sila,i, dumating sa reinong Castilla
sa haring Alonso,i, agad napaquita.

Sinalitang lahat nito ring obispo
ang manga guinauá nitong si D. Diego,
bucód sa bayani marunong na tauo,
dapat na gantihin nang haring Alonso.

Pinasalamatan nang haring marangal
biniguian nang ibang manga carangalan,
at gayondin naman manga cayamanan
caloób nang hari parang ganti bilang.

Isinulat naman sa caniyang amá
tanang dinaana,i, sinalitá niya,
at gayondin naman sa casi at sintá
sa aua nang Dios siya,i, may dangal na.

Hindi na malaon at aquing hihingin
sa mahal na haring aco,i, pau-uiin,

nang aquing matupad salitaan natin
malubós ang tua,t, tayo,i, macasal din.

Nang macaraan nang may dalauang lingó
ang hari sa León na si D. Fernando,
humingi nang tulong sa haring Alonso,t,
di siya tiguilan niyong manga moro.

Inihalal naman nang haring marangal
ang conde de Haro siyang nababagay,
magdala nang tropa,t, caniyang tulungan
ang hari sa León sa morong caauay.

At si Marcilla rin caniyang casama
na pinacapuno nang caballería,
sabihin ang tuá nitong si Marcilla
masusubong mulí sa paquiquibaca.

Dumating sa León sila,i, nagsilabás
at ang manga moro,i, canilang hinanap,
nang sila,i, magquita nagdaóp nang agád,
elemento mandin sa ingay nang armas.

Sila,i, nagtuluyan hangang Lusitania
tanang maraanan sinusunog nila,
sampó nang pananim ay ualang natira
nilupig na lahat hangang Alcántara.

Sa Castilla naman ang haring Alonso
siya,i, nagpagayac nang isa ring hocbó,
dahil si Mahomad haring africano
nagbantang mangubat sa manga cristiano.

Ang haring Mahomad ay nacabalita
ang manga cruzado nangaling sa digmá,
nangaghiualay na,t, nagsi ouing cusa
sa canicanilang cahariang lupa.

Caya nañgahas nang siya ay nag-gayac
nang daquilang hocbó,t, canilang nilabás,
ang daanang bayan canilang binihag
hangang sa dumating sa Baesang ciudad.

Ang guinaua naman nang haring Alonso
lumabás pagdaca na may dalang hocbó,
cuta nang Baesa,i, qninubcób na rito
na pinapagtibay niyong mañga moro.

Ang conde de Haro dinatnang balita
na ang hari niya ay nasasadigmá,
gumayac nang agad dadaluhang cusa
Marcilla,i, casama,t, lumacad na biglá.

Nang sila,i, dumating sa haring Alonso
sila ay pumisan sa dinalang hocbó,
na natatalatag cubcób na totoó
ang cuta nang ciudad na nasasa moro.

Tinugtog ang guimbál siyang pagsalacay
sa cuta nang moro na sadya nang tibay,
mañga moro nama,i, hindi nagtatahan
doon sa itaas nang paquiquilaban.

Dito,i, nahalatá nang haring Alonso
mahirap talunin yaong mañga moro,
sapagca ñga,t, sila,i, maraming totoó
cacaonti lamang ang mañga cristiano.

Baquit at canilang nabalitaan pa
caramihang morong galing sa Cordoba,
ay maquiquipisan sa mañga casama,
di lalong lalaqui mañga hocbó nila.

Ipinanihala nang haring Alonso
magsi urong muna ang canilang hocbó,

Marcilla,i, matira at samang sundalo
nang di mahalatá niyong mañga moro.

Pagdilim nang gabi sila,i, nagsilacad
Marcilla,i, natira sa tapat nang ciudad,
ang mañga sundalo ay natatalatag
parang naroon din natitipong lahat.

Nguni at naquita nang pinacatictic
nang hari nang moro canilang pag-alis,
pagdaca,i, nagsabi cay Mahomad Zeid
agad nang nag-utos sa sundalong cabig.

Canilang labasin ang mañga cristiano
pauang nañgatacot caya nañgagtacbó,
uguni,t, malayo na ang haring Alonso
handá nang aalis naman si D. Diego.

Siya nang pagdating hocbó nang caauay
pagdaca,i, nacubcób niyong caramihan,
si Marcilla naman at casamang tanan
uala nang pag-asang sila,i, mabubuhay.

Caya,t, ang guinaua sila,i, namiyapis
hocbó nang caauay parang pinapalis,
sa caramihan nga sila,i, nangaguipit
di anong gagauin ang palad ay lihís.

Halos napag-isa itong si D. Diego
ang cabayo niya,i, napatay sa campo,
ng anyó ngang siya,i, quiquitlán nang ulo
ay siyang pagdating nang puno ng moro.

Nag-utos na huag nilang papatain
at bayaang buháy na canilang dacpín,
at dalhin sa hari,t, may ibang gagauin
caya hayo cayo at inyong gapusin.

Sapagca ñga,t, ito,i, mataas na tauo
maipagpapalit sa haring Alonso,
sa mañga binihag caramihang moro
laquing paquinabang cun magcaganito.

Dalauang sundalong naligtas ang búhay
sa pagcacaguló sila,i, nacatanan,
canilang hinabol yaong casamahán
nang magcabalita sa nangyaring tanán.

Naabutan nila ang nalis na hocbó
canilang sinabi sa conde de Haro,
na sila,i, nilusog niyong mañga moro
maraming napatay sa mañga cristiano.

Ang mahal na conde,i, nagbuntong bininğá
at tumanong agad nacaligtas bagá,
yaong púno ninyong capitang Marcilla,
sagót nang sundalo,i, marahil buháy pa.

Ang mahal na conde,i, agad nagtatacbó
caniyang sinabi sa haring Alonso,
dapat na daluhán yaong si D. Diego,
ibalic na biglá ang lahat nang hocbó.

Ang hari ay agad naghimutóc lamang
doon cay D. Diego nang panghihinayang,
ñguni at paano cun pagbabalicán
tayo,i, malayo na,t, hindi aabutan.

Isa pa sa roon ang dala cong hocbó
cacamunti lamang at culang sa tauo,
ang hocbó nang moro,i, maraming totoó
uala ñganing daan cundi ang matalo.

Nagpatuloy nañga sila nang paglacad
at sila,i, umouí sa Castillang ciudad,

ang conde de Haro,i, hindi mapanatag
dito cay Marcilla,t, ibig na iligtas.

Ang haring Alonso nama,i; nagcataón
tumangap nang sulat niyong manga bretón,
na cun mangyayari ang siya,i, tumulong
sa canilang guerra hocbó,i, iabuloy.

Minatapat naman nang haring Alonso
siya ay lumacad casama ang hocbó,
dumating sa Burgos napatiguil dito,
inabot nang saquit malubhang totoó.

Sa cabigatan nga nang dumapong saquit
ang lahat nang gamót canilang guinamit,
hindi rin gumaling at ualang nasapit
ang haring Alonso hiningá,i, napatid.

Ipagpagayong co naman cay Marcilla
gapós na dinala sa haring monarca,
tinanong nang hari ang púnong may dalá
sa manga nangyari sa pagdaquíp nilá.

Sagot nang may dalá iyan nga pó lamang
ang pinacapúno nang manga binyagan,
iyan po ang siyang malabis nang tapang
at maraming moro caniyang napatay.

Nang ito,i, maringig nğ haring Mahomad
nangdila,t, ang mata,t, paa,i, itinadyác,
alfange,i, binunot at tambing hinaráp
itong si Marcilla at saca nangusap.

Isinusumpá co sa dioses namin
ang manga binyaga,i, aquing lilipulin,
boong caparangan aquing didiliguin
niyang inyong dugó binyagang suail.

Ipinag-utos ñgang dalhin capagdaca
culuñgin sa carcel itong si Marcilla,
sacdal nang dumilím may grillos ang paá
dito ay napiit laquing hirap dusa.

Uala nañga siyang pinag-aaliuan,
cundi ang medallang sabit sa catauan,
sa cáy Orfelinang tunay na larauan
huad cay Isabél, niyang casintahan.

Dito,i, mananañgis nang caguitlá-guitlá
aniya,i, Isabél, Isabél cong sinta,
natapos na ñgayon ang aquing pag-asa
sa balat nang mundo nang tua,t, ligaya.

Aco ay uala nang ibá pang hihintin
dini sa mandilim mahirap na cárcel,
cundi ang ihatol nang harì sa aquin
yaring abang búhay ñgayo,i, ipaquitíl

Saca tumiñgala ang matá sa lañgit
ang uica,i, Dios co na mapagtangquilic,
cun yaring búhay co,i, husto na sa guhit
narito at handa ang púso co,t, dibdib

Nang mayroon nañgang mga pitong buan
ang pagcacapit doon sa culúñgan,
ang haring Mahomad napalipat bayan
na pa sa Córdoba at doon tumahan.

Dinala rin naman yaong si Marcilla
at ibinilangô doon sa muralla,
sa tuing may piguing panaobin siya
itong si Marcilla,i, ipinacucuha.

Pinapagbibihis nang dati niyang gayác
nang pagcacristiano,t, ang espada,i, sacbát,

doon sa pagcain ay pinahaharáp
bago inooroy nila,t, nililibâc.

Laiti,t, murahi,t, tauanan nang ibá
pauang tinitiís nitong si Marcilla,
at anomang galit hindí nagpaquita
yaong mañga moro,i, pauang tumataua.

Ang tagapagbantáy ay isang etiope
maitím ang culay masamang lalaqui,
malupít na lubháng parang isang tigre
si Marcilla,i, lagui niyang inaapí.

Isang arao ñgani na lubhang tahimic
púso ni Marcilla,i, lagui sa hinagpís,
caalam-alam ñga siya,i, nacariñgig
sa tabi nang rejas uari,i, isang voces.

Siya ay lumapit na nagdahandahan
may nariñgig siyang nagsasalitaan,
si Munúz na púno sa palacio real
at causap yaong sa carcel ay bantay.

Naabut-abutan ang gayaring sabi:
ang mañga paraan aniya,i, mabuti,
may papasoc dito búcas din nang gabí
mañga bantay nama,i, mag-aasal biñgí.

Napagsabihan na ang mañga sundalo
lahat nang paraá,i, mabuting totoó,
si Mahomad ñgani,i, puputlán nang uló
at ualang iimíc na alín ma,t, sino.

Nacahalatá ñga itong si Marcilla
ang hari ay ibig na patain nilá,
nang quinabucasan yaong bantáy niya
binucsán ang carcél cacanin ay dalá.

Casama rin naman ang púno nang bantáy
ang nasabing Munúz siya,i, nilapitan,
at saca tinanong ang manĝa binyagan
cun ang hocbó nila,i, totoóng macapál.

Sinagót ni Diego ang tanong na lahat
nitóng comandanteng may nasang magsucáb,
nang macaalís na,i, may isang nalaglág
na galing cay Munúz nasasarang sulat.

Pagdaca,i, dinampót nitong si Marcilla
sa tabí nang rejas caniyang binasa,
ang sabi ay aquin na minamaganda
cay Sirám na gauá ituloy na bagá.

Ang manĝa sundalo ay nacaaalam
búcas ay aco rin ang magtutuluyan,
sa cuarto nang hari at ang aquing puñal
ay siyang quiquitíl nang caniyang búhay.

At yaong si Munúz siyang naca-firma
itinagong agad nitong si Marcilla,
pinag-isip-isip cun paano bagang
masabi sa hari itong bantá nila.

Naisipan niyang siya,i, magsisigao
hangang sa maringĝig niyong bumabantay,
siya ay tinanong anó ang dahilan
nang guinagauá mong manĝa caingĝayan.

Aco,i, nagcasaquít uica ni Marcilla
ay bago malagót ang aquing hiningá,
ibig cong masabi sa haring monarca
ang bilin nang hari sa reinong Castilla.

Hayo na,t, sa hari ay iyong sabihin
aco,i, sumandalí na mangyaring dinguín,

Pagdaca,i, nag-utos na siya,i, calagán
tuloy pinapanhic sa palacio real,
ang uica nang hari quita,i, caibigan
at guiguinhaua na iyang pagcalagay.

Cun tatalicdan mo ang pagca-cristiano
at icao,i, magdamit nitong pagca-moro,
aco ang bahalang aampon sa iyo
bibiguian nang dangal dito rin sa reino.

Sagót ni Marcilla,i, hingin mo ang búhay
maluag sa loób aquing ibibigay,
huag baga lamang na aquing talicdan
ang Dios sa langit nang manga binyagan.

Ang uica nang hari na cun aayao ca
sa pagca-cristiano icao,i, lumagui na,
doon sa palacio pinatahán siya
bilang catiuala nang haring monarca.

Ang lahat nang bagay doon sa palacio
ang nacaaalám itong si D. Diego,
anopa,t, ang lagay siyang mayordomo
natuá ang hari,t, malicsíng totoó.

Sapagca,t, ang hari ay apó ngang tunay
niyong si Abdelmón sa Africang bayan,
caya herederong dapat na magtangan
nang lupaing yaong mána sa magulang.

Ang haring Mahomad napatungo roon
dahilan sa hocbó siya,i, nagtitipon
nang maraming tauo nagcasalit tuloy
ang taga Córdoba,t, africanong pusóng.

Caya naisipan nitong si Mahomad
ipadalá roon ang caniyang anác,

sa capatid niyang cay Abdallang hayág
na cadí sa Salé na daquilang ciudad.

Ito ngang si Diego,i, pagca,t, minamahál
nang hari at cayá catiualang tunay,
siyang pinasamang inihalál bilang
sa anác na bunsóng Mahut ang pangalan.

Nagsilacad nanga,t, pasasa Málaga
at doon sasacay sa barcong handá na,
pagcasacay nila,i, lumayag pagdaca
lálo nang nalumbay púso ni Marcilla.

Dahil malalayó sa sariling bayan
at tungo sa Africa canilang sasaquian,
at cun hindi sana ay inaasahang
siya,i, macaligtás na magtutumanan.

Sa catahimican niyong paglalayag
caguinsá-guinsá nga,i, humanging malacas,
ang siguá at unós ay nacagugulat,
nabali ang pálo napunit ang láyag.

. Sampó nang sasaquia,i, ibig nang lumubóg
ang lahat nang tauo parang nangatacót,
sabihin ang tangis nang batang si Mahut
yumacap cay Diego na naghihimutóc.

Baquit cumiquidlát nama,t, lumilintíc
ang lahat nang tauo,i, nagsisipanginig
nagsipanalangin sa canilang dioses
si Marcilla nama,i, sa Dios sa langit.

Nang mag-umaga nang hangin ay lumubág
humina ang ulá,t, humusay ang dagat,
naeapagpatuloy sila nang paglayag
hangang nacaabót sa lupa,i, nasadsád.

Pauang nagsi-ahon naglacad na silá
sa ciudad nang Tanger tuloy sa Melilla,
ang reino nang Féz dinaanan nila
dumating sa Salé-na ualáng balisa.

Ang cadíng Abdalla,i, sumalubong naman
sa caniyang palacio cami,i, nagtuluyan,
ang pamangquin niyang pinacamamahal
malaqui ang tuáng sa puso,i, quinamtán.

Si Marcilla nama,i, siyang naglilingcód
sa panginoon nga na batang si Mahut,
naquita nang cadí na tapát na loób
siya nga,i, minahal nang lubós na lubós.

Nang may ilang buan si Abdalla,i, nalís
at siya,i, nagsadyá sa bayang Mekinez,
may pag-uusapang bagay na mahigpit
cayá naparoón siyang nagpumilit.

Yaong mayordomo ang siyang iniuang
mamahala baga sa loob nang bahày,
ang ngala,i, si Talím pinacamamahal
nang cadí cun caya siyang binilinan.

Ang nasabing Talím may anac na isa
ang pangala,i, Zara, basal na dalaga,
tinablan nang isang mahalay na sinta
sa ganda nang quias nitong si Marcilla.

Napaghahalatá ang tangang pag-ibig
sa lahat nang quilos at manga pagtitig,
si Marcilla nama,i, laguing lumilingíd
conoua ay din man niya nababatid.

Sabihin pa baga hindi mapalagay
ang dalagáng Zara sa sintang masasál,

Capagca-umaga,i, dalauang sundalo
casama ni Talím pumasoc sa cuarto,
at pinatalian itong si D. Diego
at siya,i, linait na di mamagcano.

Sampuó pa ng Dios ng manga binyagan
minura,t, nilait nitong tampalasan,
at saca nag-utos isabilanguan
laguian pa nang grillos at nang mahirapan

Caya nang dumating ang cadíng Abdalla
sa ciudad nang Salé casama ang Bajá,
na buhat sa Maróc inanyaya niya
ay ipinághanda nang malaquing fiesta.

At pinagayacan ang boong palacio
nang manga pamuti at manga damasco,
nagsumbóng si Talím sa caniyang ámo
nang manga guinauá nitong si D. Diego.

Ang pag-uusisa,i, ipinagpaliban
nang cadí at siya,i, may caabalahán,
panaohin niya,i, pinagpaquitaan
sarisaring bagay na catotouaan.

Nang sila,i, maupó doon sa lamesa
nag-utos ang cadíng cuniu si Marcilla,
magdamít cristiano na paris nang unang
manga cagayacan sampuó nang espada.

Nang magtatapós na ang manga pagcain
nang cadí at ibang manga panaohin,
siyang pag-uutos iharáp na tambing
si Diego Marcilla at panonoorin.

Ticas ni Marcilla,i, mistulang bayani
at Adonis mandin sa gandáng lalaqui,

nagbigay nang galang ang una,i, sa cadí
at sa nañgaroon na tauong marami.

Sa anyó at tindig nitóng si **D.** Diego
ay napapahañga yaong mañga moro,
anila,i, sa lagay mistulang guerrero
sucat ñgang igalang nang mañga cristiano.

Sa ganitong lagay pagtatacá nila
ay may napahiyao nang ito,i, maquita,
isa sa casalo doon sa lamesa
ticas binibining dalagang maganda.

Dinaluhán nila at inalalayan
nasabing dalagang tila hinimatáy,
si Marcilla nati,i, ibinalic naman
sa dating tahanan niyang bilanguan.

Isang hating gabing siya,i, natutulog
nabucsán ang cárcel may biglang pumasoc,
isang gayác moro àng añyó at quilos
ay mahal na tauo,t, mariquit ang soót.

Pagdaca,i, naguitlá itong si D. Diego
huag cang matacot uica nitóng moro,
ilang arao nañga na ninanasa co
na macausap ca mabunying cristiano.

Nğ marinğig niya ang tínig nang voces
tínig ni Isabél ang nacacaparis,
caloloua yata nang sinta co,t, ibig
icao ay lumayó dito sa may hapis.

Huag cang matulíg sagót nitong moro
¿sino ang nagpasoc pumiit sa iyo?
sagót ni Marcilla,i, ang sauíng palad co
ang siyang naglubóg sa madlang simbuyó.

¿Icao ba ang dati na casama-sama,
ang tanong nang moro dito cay Marcilla,
sa hocbó nang hari sa reinong Castilla?
sagót ni D. Diego,i, aco nğa,t, di iba.

¿Casama ca bagá nang napasa Navas
nang bihaguin nila ang Ubedang ciudad?
acó ani D. Diego ang unang yumapac
sa lansanğang yaón nang aming mabihag.

Ang tanong nang moro ¿ay hindi ca bagá
nacatangáp cayá nang isang medalla,
sa camay nang isang dalaga ring mora?
mayroon nğa,t, tantóng minamahal co pa.

Ang sulit nang moro,i, ¿dala mo ba diyan?
sagót ni Marcilla,i, di co naiiuan,
ang uica nang moro ay mangyari lamang
iyong ipaquita ang catotohanan.

Medalla,i, quinuha nitóng si D. Diego
ang uica,i, narito nğayon at tingnan mo,
¡santong manğa lanğit! ang uica nang moro
icao ang nagligtás dini sa búhay co.

Pagdaca,i, humaráp dito cay Marcilla
ang taquíp sa muc-há,i, inalis pagdaca,
¡abá co Dios co! at si Orfelina
ito caya,i, tunay ó taguinpán bagá.

Ani Orfelina ito,i, catunayan
icao,i, maniuala at iyong asahang,
maliligtás ca na,t, ma-ouí naman
sa reinong España,t, sa sariling bayan.

Icao,i, tumahimic at lubós umasa
di co titiguila,t, lalacarin quita,

hangang di maligtás at mabiguiang hangá
ang tinitiis mong hirap at parusa.

Anitóng Marcilla,i, lubhang mahabaguín
bantóg na babaing naaua sa aquin,
¿anó cayá baga ang ma-ihahain
bilang pasalamat nang abáng alipin?

Ani Orfelina sa Dios ang dapat
ihandóg na lahat boóng pasalamat,
ipagpuri siya nang loób na tapát
siyang nagbibigay nang ucol na bayad.

Mangyaring salitín at nang matantó co
ang púno at mulá nang manga hirap mo,
muntíng napatiguil itong si D. Diego
cun saan mumulán sa púno ó dulo.

Sinalitáng lahat muláng cabataan
hangang sa lumaquíng maguing casintahan,
nang bunying Isàbél na di malimutan
hangáng sa umalís hahanap nang dangal.

Habang naquiquiníg nang pagsasalitá
itong Orfelina,i, natulo ang luha,
dito cay Marcilla malaquí ang aua
sa manga nangyaring hirap at dálita.

Bagama,t, malaquí aniya D. Diego
manga cahirapan na dinaanan mo
hindí mapaparis sa tinitiís cong
ualang catapusán hangang buháy aco.

Ang manga hirap mo cahit malaquí man
may hihintín ca rin na caguinhauahan,
datapua,t, aco,i, ualang aasahan
sapagca,t, pinutol niyong camatayan.

Aco,i, napabalic dini sa bayang co
maguinhauang lagay sa pagcatiñgin mo,.
ang tinitiís co,i, hirap na totoó
púso,i. sinisiguá nang madlang simbuyó.

Ang inaasahan na caguinhauahan
at aquing napiling naguing casintahan,
pinatid nang parca ang hiniñgáng tañgan
at aco,i, iniuan sa guitná nang lumbáy

Yaríng aquing búhay na inaligtas mo
búhay nang catauán sa balat nang mundó,
iba ang nagligtás sa caloloua co
isang paris mo ring tunay na cristiano.

Siya ñgang umaral nagturo sa aquin
nang aral nang Dios na icagagalíng,
nang aco,i, matuto bininyagáng tambing
ualang nacamalay at totoóng lihim.

Yaóng aquing amá ay may dugóng mahal
cay Abu-Texufin na lahi ñgang tunay,
ito ñga ay haring macapangyarihan
sa Almohabides na iguinagalang.

Naguing catiuala,t, mahal sa califa
sa bayan nang Maróc ang mahal cong amá.
hangang sa mahalál maguing púno siya
sa daquilang ciudad ang ñgala,i, Ubeda.

Ang lagay co naman ñg panahong yaon
ay may labing apat ang dalá cong taón,
sa panahong ito,i, siyang pagcataóng
napasa Ubeda ang amá cong poón.

Acó ay naiuan sapagca,t, dalaga
sa ale cong buó aco,i, pinatirá,

ito,i, capatíd din nang mahal cong ina
aco,i, quinalingang parang anác niya.

Sa dami nang lingcód sa aming palacio
may isang cristianong ngala,i, si Dionisio,
sa gandá nang anyo,t, mabait na tauo
caya nga minahal naman nang amá co.

Ang cristianong ito,i, nagpilit nagtanan
at pinag uusig sa sariling bayan,
malaquí rao usap siya,i, binuhatan
dalá nang maraming manga cainguitán.

Caya nabighaning siya,i, naparito
tuloy nagturbante,t, pumaris sa moro,
sa cabaitan nga,t, bayaning totoó
siyang nacabihag dini sa púso co.

Aquing naramdamán tuing maquiquita
sa aquin ang tucoy nang caniyang sinta,
púso co,i, sumúco at di nacabatá
ang capua púso,i, agad nagcaisa.

Tanang manga aral at turo sa aquin
dini sa púso co,i, pauang natatanim,
cayá nga,t, sumunód at napabinyág din
aco at cahiman ito,i, lubhang lihim.

Aming inacalang cami,i, magtumanan
umui sa bayan nang manga binyagan,
at doo,i, namnamín ang caligayahan
casama nang aquing esposong hinirang.

Nagcataón naman siyang pagcaguló
sa bayang Tolosa,i, tinalo ang moro,
caya nagsi urong caramihang tauo
nasoc sa Ubeda at dito nagtacbó.

Nang panahong yaón aco ay lumipat
doon sa Ubeda,t, aco,i, pinatauag,
nang mahal cong amá caya nğa,t, lumacad
Ubeda,i, nilacbay dinatíng cong agad.

Dito co naquita nasabing Dionisio,
dito co sinintang tunay sa púso co,
tuloy isinumpang di na mababago
ang aquing pag·irog hangáng sa búhay co.

Hocbó nang cristiano naman ay humabol
hangang sa Ubeda,i, hindí naghahantong,
humanda si ama,t, ang tauo,i, tinipon
ang cúta nang ciudad pinagtibay tulóy.

Acó,i, itinago sa mabuting bahay
at nang di maquita nang manğa caauay,
caalam·alam nğa,i, siyang pagsalacay
nang manğa cristiano sa loob nang bayan.

¡Ang manğa cristiano! ¡ang mğa cristiano!
ang dinğig cong sigao niyong mğa tauo,
aco ay nanaog pinto,i, binucsan co
manğa alila co,i, pauang nanğagtacbó.

Sila,i, napatunğo sa silong nang bahay
sa pinaca·cueva doo,i, nagtaguan,
at acó na lamang na sa sa pintuan·
ang mahal cong ama,i, aquing inaantay.

Nğuni,t, narinig co sa pinaca-patio
ang malaquing inğay nang manğa cristiano,
sa gayóng panğanib ay ang guinauá co
acó ay nagsará sa loob nang cuarto.

Dalauang sundalo naman ay pumanhic
ang pintó nang cuarto,i, iguinibáng pilit,

nang canila acóng anyóng guinagahís
siyang pagdating mo,t, ipinagmasaquit.

Inaantay co rin mahal na amá co
ó cun hindí caya ang pagbabalic mo,
dumating si Alíng amin bagáng criado
aco,i, itinago,t, inaligtás aco.

Ito ngang si Ali,i, humanap nang daan
at nang cami baga,i, mangyaring tumanan,
guinauá ang lahat na manga paraán
caya nacalabás sa pintó nang bayan.

Cami nagpatuloy sa bayan nang Jaén
na quinalalaguián ni Miramamolín,
nang ualá na nganing tumingin sa aquin
nag isip patungo sa aquing ale rin.

Nang aco,i, dumating sa bayan ng Salé
arao ay lubóg na,t, madilím ang gabi,
acó,i, sinalubong nang aquin ngang ale
hinagca,t, niyacap sa tuáng malaqui.

Inabot co pa nga ang pagcacatuá
niyóng si Abdalla,t, malaqui ang handá,
siyang pagharap mong naquita cong biglá
acó,i, napahiyáo at naualang diua.

Nang macalipas na,t, aco,i, maulian
ay na sa sa cuarto sa camang hihigán,
ang aquing ale nga ang pinagsabihan
nang baquit at dahil nang paghihimatáy.

Aquing sinalitá sa caniyang lahat
manga guinaua mong sa aqui,i, pagligtás,
ngayo,i, naririto,t, siya,i, naghihirap
cayá nga ibig cong siya,i, macausap

Uusisaing co cun siya ñgang tunay
pinagcautañgan niaring aquing búhay,
aquin nang guinauá lahat nang paraan
upang macarating at macapanayam.

Icao ay umasa,t, pilit maliligtás
dico titiguilan cun hindí matupád,
ilang arao lamang magtiís nang hirap
masusunód mo na manga hinahañgad.

Acó,i, aalís na,t, lubhang nababalam
at baca ñga dito aco,i, mamalayan,
ang bilin co lamang ay pacaasahan
ang aquing pañgacong hindí maliliban.

At nagmamadalí siya nang pag alis
púso ni Marcilla,i, munting natahimic,
pag asang matamís mulí ring nabalic
sa pinagnaisan nang boong pag-ibig.

Si Isabél naman ang pagbalicán co
uala mang balita dito cay D. Diego,
ang loob at púso,i, parati nang guló
siya,i, nañgañganib na cun napaano.

At sa guniguni,i, parang naquiquita
tunay na larauan nitong si Marcilla,
cun minsa,i, paquita na naquiquibaca
sa daquilang hocbóng campón ni Mahoma.

At cun minsan naman sa madlang pañganib
naquiquita niya si Marcillang ibig,
pagdaca,i, sisicdó cacabá ang dibdib
ang luha sa matá ay tumataguistis.

Parang naquiquita naman na cnn minsan
ay nacabulagtá sa guitná nang párang,

napatay sa campo nang manĝa caauay
púso,i, macacandóng nang daquilang lumbay.

At cun minsan nama,i, parang nalulunod
sa guitna nang dágat sa sigua at unós,
ang barcong sinaquian nabasag lumubóg,
púso ni Isabél nama,i, malulunos.

Ano pa,t, ang lagay laguing namamahay
púso ni Isabél· sa dalita,t, lumbay,
parang isang rosang nalantá sa arao
ang pananariuang dating casabihan.

Yaong camahalan sa caniyang amá
saan mang libanĝan siya,i, dinadalá,
sa pagpapasial man at sa manĝa fiesta
upán din ang púso niya ay sumayá.

At anomang gauíng manĝa paglilibáng
nitóng si D. Pedro sa anac na mahal,
cahit na sa guitná nang pagsasayahan
si Isabél lamang ang muc-hang may lumbay

Manĝa cahinhina,t, ugaling mabait
sa manĝa binata ay naca-aaquit,
caya nĝa maraming nagsisipanĝibig
at manĝa mahal ding canilang caparis.

Hindi nĝa ang pilac manĝa cayamauan
ang nacahihila sa gayong carictán,
cundi ang ugaling manĝa cabaitan
nitóng si Isabél na lubhang timtiman.

Cay Isabél naman ay ualang-ualá na
malayo sa púso madlang tua,t, sayá,
cun uala si Diego at di nequiquita
ang loob at púso,i, palagui sa dusa.

Cahima,t, maraming nangagsisiligao
nagsisipanuyo nang di ano lamang,
púso ni Isabél hindi man malibáng
sinta cay Marcilla,i, hindi malimutan.

Maquita nang amá na di rin magamót
púso ni Isabél laguí na sa lungcót,
naisip-isipan ang nasoc sa loob
ay isang paraan upanding malimot

Conua,i, biglá ngang siya,i, nacatangáp
nang isang may lucsáng nasasarhang sulat,
galing cay Tadeo ito nga ay anác
ni D. Inocenciong caibigang tapát.

Ang sabi sa sulat sapagca,t, namatay
ang aquin póng amá ay mangyari lamang,
cayo,i, macarating sa amin póng bahay
nang inyong mahusay ang naiuang yaman.

Itong si D. Pedro,i, agad nang gumayac
na ipinagsama ang mahal na anác,
at sa Zaragoza sila ay tumambád
cay Tadeong bahay nagtuluyang agad.

Ang nasasa-loob nitong si D. Pedro
anác na Isabél cun dumating dito,
loob ay malibáng dito cay Tadeo
yayamang mahal diu at mayamang tauo.

Si Isabél nama,i, cahima,t, sumama
uala rin sa loób ang siya,i, magsayá,
nguni at sa ciudad nitong Zaragoza
nagtumirá naman yaong si Marcilla.

At dito rin naman maipagtatanong
ang sintang Marcilla cun saan naroon,

munting malilibáng na cun magcagayón
ngalan ni D. Diego,i, laguing tinutucoy.

Sabihin ang tua nitong si Tadeo
nang pagdating doon nitóng si D. Pedro,
ang pasasalamat ay di mamagcano
lalo nang maquita yaóng tálang bago.

Pinagpaquitaang loób na magandá
hinandugáng tua,t, manga pagsasayá,
sa arao at gabi anaqui,i, may fiesta
madlang panaohin ay inaanyaya.

Hindi quinuculang sa lahat nang bagay
gayón sa música at madlang cantahan,
ang manga pagcain laguing nalalaán
pauang masagana sapagca,t, mayaman.

Sa lahat nang ito na paquitang loob
manga panunúyo ay lubós na lubós,
matigas mang púso,i, pilit na lalambot
at mahihicayat sa gayóng pag-irog.

Gulóng-gulò mandin púso ni Tadeo
nahuli sa silo nang dios Cupido,
sampóng pagcabuhay nilimot na nito
dahil sa pagsinta,i, hindí magcatuto.

Sa arao at gabi suyui,t, suyuin
nitong si Tadeo diquít ni Isabél,
ang pangangalaga,i, di sucat sabihin
ganda ni Isabél lubós na guinilio.

Ipinahalatá ang daquilang sinta
na nasasa dibdib na di maihingá,
naaalang-alang ipahayag niya
baca di marapat sa ganitong gandá.

Lálo nang matantó na may catipanan
itong si Isabél bagang hinihintay,
caniyang pagsinta,i, ininís na lamang
sa caniyang púso at di maipalual.

Nğ mayroon nanğang tatlong buang hustó
pagcatira roon nitong si D Pedro,
maquita ang anác na tila nagbago
nagpaalam nanğa dito cay Tadeo.

Nğuni,t, bago nalís ay inanyayahan
sila sa isá nğang bagong casayaháu,
isinama sila sa labás nang bayan
sa bahay sa quinta na dating libanğau.

· At marami sila na magcacasama
manğa dugóng mahal caibigan nila,
nagsipanğabayo sabihin ang sayá
hangang sa dumating sa bahay sa quinta.

Saan man luminğón casayaháng lahat
at nasasagap pa,i, banğó nang bulaclac,
pagaspas nang hanğing galing sa habagat
may cahalong tubig na anaqui,i, perlas

Mesa nang pagcain doon inilagay
sa lilim nang tanang nagtayóng halaman,
ano pa,t, sa madlang manğa casayahán
anaqui,i, uala na manding catapusán.

Niyong dacong hapon sila,i, nanğagpasial
at nanğaglalacad patunğo sa bayan,
si Tadeo nama,i, inabót ang camay
dito cay Isabél at mag aagapay.

Ibig macausap niyang nag-iisá
sapagca nğa,t, sila,i, magsisi-alis na,

si Isabél nama,i, pumayag sumama
at nagbigay loob sa nag-aanyaya.

Ipinahayág na nang luha,t, hinagpis
nitong si Tadeo ang lamán nang dibdib,
dito cay Isabél ang sinta,t, pag-ibig
na tatlong buan nang hindi icaidlíp.

Sinagót din naman nitong si Isabél
aco,i, may catipán masamang di hintin,
ang iyong pagsinta,i, sa ibá ihinguil
maraming dalagang higuit pa sa aquin.

Bucód dito,i, madla ang nagsipaninta
dito cay Isabél sa diquit at ganda,
laguing sinasabi nang caniyang ama
na siya,i, pumili sa nañgañgasaua.

Sagót ni Isabél huag pagpilita,t,
di na mababago yaring calooban,
at hindi mangyaring aquing malimutan
si Diego Marcillang aquing catipanan.

Nang may ilang buan nama,i, sa rarating
isang caballerong sa Aragón galing,
capatid na bunsó bunying Albarracin
minahal nang hari,t, tiualang magaling.

Ganda ni Isabél ay nabalitaan
nitong caballero agad nagdahilan,
na pasasa Teruel siya,i, inutusan
nang capatid niya na malaquing bagay.

Humanap nang daáng caniyang maquita
nasabing Isabél balita nang ganda,
nasunod ang nasa,t, nacapanhic siya
si D. Pedro nama,i, natua pagdaca.

Dahil sa ito nga,i, mataas na tauo
magandang lalaqui,t, dugóng caballero,
naquipag ibigan agad si D. Pedro
palibhasa,i, hilig ang loob sa mundó.

Ang pangala,t, bansag nito,i, si Azagra
ano,i, sa maquita ang himaláng gandá,
pagdaca,i, tinablan nang malaquing sintang
di icacatulog at laguing balisa.

Nguni at sa amá doon nagpahayag
nang daquilang sinta sa mahal na anác,
ang sagót nang ama cami,i, mag uusap
acó ang bahalang siyang hihicayat.

Siya ngang guinaua nitong si P. Pedro
anac ay tinauag ang uica,i, ganito:
aco,i, matanda na oh bunsóng anac co
ibig cong maquita ang capalaran mo.

Yaong caballerong dirito sa aquin
mahal namang tauo saca mayaman din,
capatid na bunsó bunying Albarracin
siya,i, naquiusap mangyaring tangapin.

Ang hinihintay mong mahal na D. Diego
malaon nang hindi sumusulat dito,
icao,i, maniuala at ito,i, totoó
napatay sa campo niyong manga moro.

Nagbuntong hiningá abáng si Isabél
¡napatay sa campo! ang sabi mo,t, turing,
¿di po caya naman may nacapipiguil
na malaquing bagay? itó po,i, marahil.

Cundi caya naman marahil nabihag
nang morong caauay at di macasulat,

Si Marcilla naman ang pagbabalican
na iniuan nating na sa bilanguan,
siya,i, namamangláo hinihintay-hintay
sa cay Orfelina na capañgacuan.

Caalam alam ñga ang pinto,i, nabucá
at biglang pumasoc itong Orfelina,
tuloy na sinabi dito cay Marcilla
ang paglabas niya,i, tantong malapit na.

Ualang sala búcas acó ay aalís,
ale co,i, casama,t, pasasa Mekinez,
pagca,t, ang ale co sa hari,i, malapit
ang pagcaligtás mo,i, hihilinging pilit.

Acó,i, aalis na,t, nang di maantala
ang aquing hiningi lamang cay Abdalla,
ay aco,i, tulutan na maquipagquitang
sandali sa iyo,t, aalis pagdaca.

Asahan mo nañga,t, darating na pilit
ang pinaca-orden nang iyong pag-alis,
di co maalaman cun aco,i, mabalic
na magquita tayo at siya cong nais.

Na cun mangyayari ay iyong tangapin
ang munting caloob sa iyo co,t, hain,
caunting salapi ay iyong baunin
sa paglalacad mo nang di ca culañgin.

Sagót ni Marcilla,i, salama,t, na lamang
salapi ay di co quinacailañgan,
cundi macaalis maca-oui naman
at maquita co na ang sinta co,t, búhay.

Sacá icao naman nasa co,i, gayon din
hiñgi co sa Dios at aquing dalañgin,

ang cagalingan mo,i, matagpuan mo rin
datnín mo ang gloria na bayan nang alio.

Tangapin mo ito ani Orfelina
aco ay aalís at nababalam na,
loobin din nauá nang Vírgen María
yaring aquing lacad patnubayan niya.

At nang maquita mo ang iyong Isabél
macasal din cayo,t, manulos sa alio,
aco namang yari ay alalahanin
sa touí ngang icao ay mananalangin.

Ang aquing larauan sa tuing maquita
magunita mo rin abáng Orfelina,
na nananatili sa hirap at dusa
at natapos nanga ang tanang ligaya.

At cun si Dionisio ay hindi namatay
icao sana,i, amin na masasamahan,
sa pag oui roon sa sariling bayan
nagsasayá disin tayo habang daán.

Pagca uica nito,i, inabót cay Diego
ang salapi,t, nalís halos tumatacbó,
si Diego Marcilla nama,i, nanglolomó
sa malaquing aua sa babaing ito.

Nagtuloy namanhic doong cay Abdalla
yaong maauain na si Orfelina,
caya nga at siya ay quinalagan na
nang grillos sa paá munting guminhaua.

Nang may ilang arao siya,i, pinatauag,
nang cadíng Abdalla doon sa itaás,
nang siya,i, mapanhic pagdaca,i, humarap
nagbigay nang galang sapagca,t, marapat.

Siya,i, pinalapit niyong si Abdalla
sa caniyang pilíng at pina-upó pa,
sa isang luclucang mariquit na silla
at saca tinanong nang gayaring badyá:

¿Anó bagá caya iyong mabibigay
cun icao,i, aquin nang ngayon ay paualán?
sagót ni Marcilla cun may cayamanan
aquing ibibigay maca oui lamang.

¿Quilala mo bagá yaong Orfelina?
sagót ni Marcilla may naquiquilala,
isang binibining lahing africana
mabait mabini, bucód sa maganda.

¿Saán naquilala ang babaing iyan?
sa España, tugon ni Marcilla naman,
tanong ni Abdalla ¿saán bagang bayan?
sa Ubedang ciudad nang aming looban

¿Naaalaman mo anitong Abdalla
na cun sino bagá ang caniyang amá?
ang ama,i, ang cadí sagot ni Marcilla
napatay din naman at aquing naquita.

Tanóng ni Abdalla ¿anong pinagmulán
nang pagcaquilala,t, pagcacaibigan,
aquing inaligtas ang caniyang búhay
caya,t, quinilala na malaquing utang.

Nang matapos yaon anitong Abdalla
¿naaalaman mo ang nasapit niyá?
sa tanong na ito tila si Marcilla
munting napatiguil at nag-alaala.

Ang uica nang cadí huag magbulaán
sabihin sa aquin ang catotohanan,

¿naaalaman mo na cun tagá saán
at sa bayang ito siya,i, namamayan?

Naaalaman co anitong Marcilla
siya ang may sabi at uala nang ibá,
ang pagcaquilala tanóng ni Abdalla
¿ay di namaguitan bagá ang pagsinta?

Sagót ni Marcilla ay cailan pa man
sa amin ang sintá ay di namaguitan,
cundi pagquilala nang malaquing utang
nang mailigtás co sa capanganiban.

¿Naaalaman mong siya ang lumacad
sa mahal na hari nang icao,i, maligtás?
sa utang sa iyo siya ay nagbayad
narito,t, tingnan mo ang sa haring sulat.

Iniabót nanga dito cay D. Diego
ang sulat nang haring ligtás nang totoó,
at macaca-oui sa caniyang reino,t,
ualang sasangaláng na cahima,t, sino

Itong si D. Diego napaluhod agad
at tuloy hinagcan ang sa haring sulat,
di matapos-tapos ang pasasalamat
nasunód ang nasa nitong pagcaligtás.

Sa iyo po naman uica ni D. Diego
mangyaring pahagcán ang manga camay mo,
bilang pasalamat naquiquilanlín co
sa bigay mong sulat halos mapalucsó.

Nahabag din naman itong si Abdalla
sa anyó at lagay nitong si Marcilla,
caya nga,t, ang uica,i, ibig mo na bagá
ang dito sa aquin icao ay mátira.

Sagot ni Marcilla,i, maraming salamat
sa iyong anyaya at loob na tapat,
nğuni,t, hindi co po mangyaring matupad
aco,i, may magulang dalauin ang dapat.

Anitong Abdalla cun ipacacasál
sa iyo ang aquing pamangquing marangal,
nğala,i, Efigenie ay di caya naman
pumayag nang dito icao ay tumahán.

Marangal na cadí uica ni Marcilla,
aco,i, natatali sa ibang dalaga,
ang cay Efigenie na diquít at ganda
ay nababagay nğa sa isa pong Bajá.

Ang sagot nang cadí,i, aquing naalaman,
na handugan ca man nang icararangal,
hindi ca papayag at quinapopootan
nang loob mo,t, púso itong aming bayan.

Sagot ni Marcilla,i, saan man pong lúpa
mayroong magalíng mayroong masama,
ang tugon nang cadí, óo mayroon nğa
palibhasa,i, mundó bayang balintuna.

¿Cailan ibig mong icao ay lumacad?
sagót ni Marcilla,i, sa arao nang búcas,
iniibig co pong macarating agad
nang ang aquing ama,i, maualan nğ sindac

Mayroong aalís ang uica nang cadí
na isang galerang nğala,i, Berebere,
pasasa Portugal diyan ay mabuti
cun ibig sumacay aco,i, magsasabi.

Nang quinabucasa,i, sumacay sa barco
púso,i, guinagalac na di mamagcano,

Uica ni Marcilla aco,i, isa namau
na pinag-uusig nang palad na sinsay,
hindi tagarito,t, acó ay naligao
caya ñga,t, lumapit na manunuluyan

Dito ay gayondin uica nitong tauo
ay nagpapatuloy sa alin ma,t, sino,
siya,i, pinapasoc, nagsigá na ito
at inanyayahan itóng si D. Diego.

Tuloy na cumuha nang isang tinapay
at saca nag'abas nang nilutong gulay,
siyang inihandang pinacahapunan
itong si Marcilla,i, cumain din naman

Sinalita nañga nitong si Marcilla
ang pinagdaanang mañga pagbabaca,
sampong pagdiriuang pagvivictoria
hangang sa mabihag ang bayang Ubeda.

Agad napaguitlá itong ermitaño
ang bayang Ubeda nang mariñgig nito,
cun gayon ay icao,i, casama sa hocbó
nang taluniu nañga nang mañga cristiano.

Aco ñga ay isa sa unang pumasoc
uica ni Marcilla nang aming nilusob,
acó,i, pinapalad sa aua nang Dios
hangang magcadañgal sumayá ang loob.

Sinalitang lahat nitong si Marcilla
hangang sa nabihag siya sa Bética,
at pagcabilangong dahilan cay Zara
sa hindi pagpayag sa maling anyaya.

Uala nañga acong asang macaligtás
sa pagcabilango at sa pagcabihag,

Ang moro ñgang ito anang ermitaño,
ay uala nang iba cun hindi ñga aco,
anó ang sabi mo tugon ni D. Diego
cun gayon ay icao yaong si Dionisio.

Anang ermitaño aco ñga,t, di iba
nagdamit nang moro,t, sumama sa guerra,
malaquing totoó aquing naguing sala
maraming cristiano ang napatay co pa.

Caya mandin aco,i, uala nang patauad
sa manga sala cong pauang mabibigat,
ano pang gagauin nang aba cong palad
cundi ang mamatay sa ganitong hirap.

Yaon mang pumatay sagot ni D. Diego
sa ating Panginoon na si Jesucristo,
cun nagbalic loob nagsising totoó
patatauarin di,t, mapaparaiso

Yaóng guinaua mo ay hindi rin tunay
nagdamit moro ma,i, macaligtás lamang
sapagca,t, inusig sa sariling bayan
ñguni,t, na sa Dios boóng calooban.

Cun namamalayan niyong Orfelina
na icao ay buháy laquing tua,t, saya,
ang acala,i, patay tinatañgisang ca
púso,i, namamahay sa lumbáy at dusa.

Cun gayón ang uica nitong ermitaño
ay tinatañgisan ang camatayan co,
tibay nang pag-ibig na di nagbabago,
Dios co,i, mangyaring siya,i, tuluñgan mo.

Tantoin mo ñgayon yaring aquing búhay
aquing sásalitin at iyong paquingan,

pinagbuti muna ang caniyang ilao
at bago nagsabi nang gayaring saysay.

Yaring pagcatauo,i, una cong naquita
sa malaquing bayang sacop nang Navarra,
at ang aquing ama,i, maraming namana
manga cayamanan sa magulang niya.

At ang aquing ina ay gayondin naman
lahing manga conde,t, manga dugóng mahal,
ano pa at cami,i, isa rin sa bayan
sa camahalan man at sa cayamanan.

Aco,i, nag-iisang bugtong nilang anac
caya,t, inalilang minahal sa lahat,
sa canilang mata,i, di ibig malingat
lumaqui sa layao sa tuá at galác.

Nang aco,i, lumaqui ay pinapag-aral
sa mabuting landás aco ay inacay,
di naman nalao,i, aquing natutuhan
sa aua nang Dios madlang carunungan.

Yaong aquing ama ay may isang mama
na tauong mayama,t, lubhá nang matandá,
may isang pamangquing minahal sa madlá
ang pamamanahan at gayon ang bantá.

Ipasasarili ang lahat nang yaman
na sa testamento niyang ihahalál,
di caguinsa guinsa,i, agad ngang namatay
at ang testamento,i, di man naihanay.

Uala nangang daan cundi ang hatiin
at pagbahaguinin nang manga pamangquin,
isá sa canila ang amá cong guilio
dapat na magmana doon sa amain.

At yaóng pamangquin ang ṅgala,i, Guillermo
na dapat magmana cun may testamento,
ay lubhang palalo t, masaquim na tauo
ang siyang sa lahat ibig na manalo.

Siya ay nag-isip nang isang paraán
gumaua nang isang falsong casulatan,
parang testamento nang mamang namatáy
at siyang mag isa ang pinamanahan.

Sila,i, nag-usapín nang mahal cong amá
hangang nagcatapós usap nang dalaua,
Guillermo,i, natalo at hinatulan pa
dapat na magbayad sa manġa nagasta.

Lalo nang lumalá galit ni Guillermo
sa nangyaring yaon nitong pagcatalo,
ang loob at púso,i, hindi magcatuto
sa malaquing galit doon sa amá co.

Nag-utos ang hari sa reinong Navarra
na ipinatauag ang mahal cong amá
ang uica,i, paroon at magpuno siya
sa isa ring ciudad sacop nang monarca

Sa nangyaring ito,i, lalo nang naiuguit
púso ni Guillermo,i, parang iniinís,
hindi tumitiguil nang inisip isip
nang panghihiganti doon sa nasapit.

Ang haring Alonso sa Castillang reino
dati nang cagalit nitong si D. Sanchong,
hari sa Navarrang masaquim na tauo,
nagbantang bacahin nang haring Alonso.

Ang haring Fernando,i, niyacag din naman
maghanda nang hocbó,t, at siya,i, pumisan,

nang ang hocbó nila,i, dumami,t, cumapal
Navarra,i, maguibá at ipag uasacan

Nang mabalitaan hari nang navarrong
siya,i, loloobanं nang dalauang hocbó,
nag-utos sa Franciang huminğing saclolo
nğuni,t, tinanguihan dahil cay Alonso

Sabihin ang guló sa reinong Navarra
ang mabalitaang darating ang guerra,
nagsabi sa hari ang mahal cong amá
na siya,i, halinhán dahil matandá na.

Sa guinauang itó naman nang amá co
ay nagcadahilan lilong si Guillermo,
ibinalita na sa lahat nang tauo
amá co,i, catiyáp nang haring Alonso.

Humanap nang sacsí na manğa upahán
sampuô pa nang aming alila sa bahay,
na pinapagsabing yaon dao ay tunay
at ang aquing amá ay may calilohán.

Nanaig ang sucáb at ang aquing amá
ay ibinilangó nang manğa justicia,
at sinamsam tuloy tanang ari niya
tuá ni Guillermo,i, ualang macapara.

Sa nangyaring ito acong isang anac
maquita ang ama na napapahamac,
dahilan sa gaua nang lilo at sucáb
ang loob at púso may di pagnininğas.

May isa nğang anac itong si Guillermo
na lubhang palalo,t, malupit na tauo,
mana,i, isang arao ay nasalubong co
cami,i, nagcagalit inirapan aco.

Hindi co natiis aquing nilapitan
sinacsác cong biglá nang dala cong puñal,
siya,i, nabulagtá sa aquing paanan
at ualang pagsalang hindi mamamatáy.

Acó sa nangyari,i, tumacbo pagdaca
at paghahanapin nang mañga justicia,
naisip isipa,i, ang pa sa Castilla
sa canilang hocbó aco,i, naquisama.

Aco,i, napalista sa canilang hocbó
at hindi nagsabi na aco,i, navarro,
tuloy na nagpangap tagà ibang reino
nang tangapin nila sa pagsusundalo

Ang haring navarro ay umalís naman
na pa sa Africa at may cailañgan,
Guillermo,i, tinauag siyang iniuanan
na mamamahála niyong caharian.

Caya nang lumacad ang aming armada,t,
aming salacayin ang reinong Navarra,
si Guillermo,i, uala at di co naquita
at cun dili aco,i, nacaganti sana.

Ang aming compañía nama,i, nautusan
doón sa malapit na sariling bayan,
isang caibigan aquing nasumpuñgan
aquing inusisa ang nangyaring tanán.

At gayon din naman sinabi sa aquin
na ang aquing ama,i, namatay sa carcel,
at sampu nang aquing ina,i, namatay din
sa bumucsong sáquit hininga,i, naquitil.

At siya rin namang sa aqui,i, nagsaysay
ang hari ay uala sa Navarrang bayan

at si Guillermo n̄ga,i, siyang iniuanan
na man̄gan̄gasiua nitong caharian.

Ipinagbilin cong huag sasabihin
na aco,i, narito canino ma,t, alín,
yaong caibigan nan̄acong magalíng
bago napaalam aco,i, niyacap din.

Nang mahating gabíng napapahin̄galay
sa bahay na aquing quinatutuluyan,
pagdaca,i, tumugtog doon sa pintuan
at man̄a justicia nang aquing mabucsan.

Yaong caibiga,i, isa sa canila
aco ay sinucáb sa man̄a justicia,
agad cong binunot ang aquing espada
at aquing tinagà namatay pagdaca.

Aco ay tumacbó na di nagtatahan
pagdaca,i, hinabol niyaong caramihan,
dalaua,i, matulin na na sa unahán
nalapit sa aqui,t, aco,i, susungabán.

Agad cong binunot ang aquing espada
at aquing tinagang papareho sila,
agad ding nabual namatay pagdaca,
namatay ang ilao nilang dala-dalá.

Salamat at gabing lubhang cadiliman
aco,i, nacatago sa isang masucal,
uala nan̄a acong sucat maparunán
na sa pan̄anib na yaring aquing búhay.

Naisipan co n̄ga ang aco,i patun̄o
at aco,i, pasacop sa banderang moro,
magsuót nang morióng quinasuclaman co
anó ang gagauin sa lagay na ito.

Aco,i, nagtulóy na sa nilacad lacad
reino nang Valencia ang aquing tinahac,
at hangang Sagunto na sacop nang lahat
niyong sarracenong morong mararahás.

Aco ay humaráp sa punong cay Zemud
at aquing sinabi ang tuco,i, nang loob,
aco ay cristiano ibig na pasacop
sa inyong bandera.t, isa sa vasallos.

Ang sagot nang púno,i, quinacailañgan
ang pagca-cristiano ay iyong talicdán,
sampuó pa nang Dios nang mañga binyagan
at sa cay Mahoma icao ay gagalang.

Ang isinagot co sa aqui,i, iisa
cahit sa cristiano,t, maguing cay Mahoma,
sapagca,t, ang tucoy nang aquing pag-asa
ang sariling bayan ay maualat sana.

At nang masunod co ang pag gantí lamang
sa nagbigay lason sa abá cong búhay,
matanto nang púno yaring aquing pacay
sa canilang hocbó aco,i, pinayagan.

Ang uica sa aquin aco ang bahala
tutulong sa iyo diyan sa binantá,
ipagsasangaláng sa mañga sacuná
at guiguinhaua ca sa balát nang lupa.

Aco,i, nagdamit na niyong damit moro
nagsuót nang morrion at saca—nagpeto,
anopa,t, ang lagay tulad na sa moro
cahit nasusuclám ang púso,t, loob co.

At gayon din naman aquing pinarisan
ang tunay na morong calupit lupitan,

at casama-sama sa pagpapatayan
maraming cristiano ang aquing napatay.

Maquita nang púno ang manğa gauá co
na manğa pagpatay sa manğa cristiano,
aco ay minahal sa lahat nang moro
aquin dao ituloy ang guinauang itó.

Nag-utos ang hari sa reinong Valencia
canilang bacahin ang Celtiberia,
at sa Sagunto nğa siya,i, nagpadala
nang hocbó,t, casama sa canilang guerra.

Ang pinaca púno sa hocbóng lalacad
ay yaong si Zemud na morong marahás,
aco,i, isinama,t, caniyang talastás
ang catapanğan co sa paquiquitalad.

Nang cami,i, dumating sa bayan nğ Olbia
nag utos si Zemud na tumiguil muna,
at ang manğa tauo,i, macapagpahinğá
sa laqui nang pagod sa paglacad nila.

Isang hapon nğaning aco,i, nagpapasial
sa may dacong labás at lual nang bayan,
aquing naquilala isang cababayan
na sa cay Guillermong alila sa bahay.

Aquin nğang sinundan cun saan tutungo
ay sa isang bahay nagtuluyan itó,
aquing namataan ang lilong Guillermo
nagninğas na naman galit nang púso co

Hindi co napiguil binunot na tambing
ang dalá-dalá cong sacbat na patalím,
siya,i, nilapita,t, casabay ang turing
aco,i, titigan mo,t, iyong quilalanin.

Tingnan mong mabuti cun aco ay moro
quilanlin mo aco oh lilong Guillermo,
aco,i, naquilala nang sucáb at lilo
ang uica,i, patauad, patauad Dionisio.

Pumasoc sa loob yaong pagcamatay
nang mahal cong amang na sa bilanguan,
dahil sa caniyang manga casucaban
bigla cong tinagá pagdaca,i, namatáy.

Agad nang sumipót na nagpapananğís
isang batang apó nito ring balauís,
pinagbuntuhán din nang malaquing galit
pagdaca,i, tinagá naputol ang liíg.

Nang uala na acong maquitang mapatay
manğa láhi bagá nitong tampalasan,
ay siyang paglubág niyaring cagalita,t,
nasunod ang nasang sila,i, magantihán.

Matanto ni Zemud ang nangyaring ito
aco ay pinuri,t, matapang na tauo,
sapagca,t, malupít sa lahat nang moro
ualang minamahal cundi lamang aco.

Noon nğa ang hari sa reinong Valencia
may ipag-uutos sa hari sa Bética,
si Zemud ang siyang tinauag pagdaca
dating caibiga,t, totoong quilala.

Siyang inutusan sapagca nğa,t, dapat
isa pa saroo,i, may loob na tapát,
aco,i, isinama sapagca,t, talastás
ni Zemud ang aquing catapanğa,t, dahás.

Cami,i, lumacad na sa Andalucia
hangang sa dumating sa bayan Ubeda,

dinalao ang cadíng cababayan niya
aco rin ang siyang palaguing casama.

Caniyang sinabi ang catapanğan co
at tapat na loob bagama,t, cristiano,
caya nanğa naman minamahal acó
at siyang casama saan man patunğo.

Piniguilan cami nitong si Uldeman
na cami,i, matirang manğa ilang arao,
caalam alám co,i, anong capalaran
si Zemud dinatnan biglang camatayan.

Acó ay natira doon sa palacio
nitong si Uldeman na cadí nang moro,
aco ay minahal sa cabaitan co
at tapát na loob mabuting vasallo

Itong cadí naman ay lubhang mabait
magandang ugali,t, mahabaguing dibdib,
sa alin mang usap at hindi matuid
hindi quiquilinğan ano mang masapit.

Isang arao nğani ay may nanğag-auay
na isang sundalo,t, isang tauong bayan,
sa auayáng ito ang quinasapitan
ang sundalo,i, siyang cataua,i, sugatán,

Maraquíp ang tauo,i, piniít na cárcel
saca hinatulang dapat na bitayin,
isang batang muntí babaying butihin
sa mahal na cadì ang siyang nanaing.

Lumuhod sa paá nang mahal na cadí
at nagpananğís na ang batang babayi,
aco,i, umaasa,t, maauaing dati
iyong patauarin cun bagá mangyari.

MARCILLA.   6

Maquita nang cadí ang iniyac·iyac
nang batang babayi ang púso,i, nahabag,
siya,i, pinatindig at ipinahayag
humayo ca nanga at pinatatauad

Ang anac nang cadí,i, galing sa Africa
na pa sa Ubeda,t, pumisan sa ama,
aug pangala,t, bansag ay si Orfelina
larauan ni Febo sa diquit at ganda.

Ang ugali,t, hinhin cabagay nang diquit
mabining mangusap uliran nang bait,
anopa,t, sino mang palaring tumitig
patáy na ó bulág cun hindi umibig.

Sapagca nga,t, aco,i, siyang minamahal
nang caniyang ama,t, catiualang tunay,
caya nanga naman pinababayaan
ang caniyang anac macasalitaan.

Cami,i, nagcasundo nang caniyang anac
para baga caming magca-isang palad,
caya nanga,t, cami,i, laguing nag-uusap,
langit co nang tunay cun siya,i, caharap

Isang arao ngani,i, inusisa acó
nang manga ugali nang manga cristiano,
manga guinagauá niyong manga tauo
sampo nang canilang Dios na cun sino.

Sa catacután co na siya,i, magalit
cun aquing purihin ang Dios sa langit,
at ang pintasán co ang canilang dioses,
baca icasucal nang caniyang dibdib.

Aquing pinintasan ang sariling secta
at ang pinuri co ang sa cay Mahoma,

aquing nahalatá na si Orfelina
ay di rin natuá sa narinğig niya.

Acó,i, nagcamalí nang aquing tinuran
at di co sinabi ang catotohanan,
dapat cong purihin Dios nang binyagan
huag ang canila sa demoniong laláng.

Isang gabí nğaning aco,i, isinama
nang caniyang amá at cami nag-ronda,
aming vinisita lagay nang muralla
baca natutulog manğa centinela.

Sa isang esquina nang cami,i, magdaan
sacdal nang dumilím at capangláo-pangláo,
may lima cataou caming natatunao
na sa tinğin nàmi,i, pauang sandatahán.

Ang nasoc sa loob namin na mag-isa
manğa tauong sucáb na hindi sasala,
ay aming narinğig ang sabi nang isa
narito ang cadí patayin pagdaca.

Capagdaca cami ay pinagliguiran
niyong limang lilo na manğa sucaban,
si Uldeman naman pagdaca,i, sumigao
nang manğa sundalo,t, siya,i, saclolohan.

Agad cong binunot ang dala cong tabác
inusig nang tagá yaong manğa sucáb,
dalaua ay sabay patáy na lumagpác
ang iba,i, tumacbó caya nacaligtás.

Nğuni at ang isa,i, pinacamatapang
acó ay hinaráp sadiang naquilaban,
bagaman at siy,i, aquin nğang napatay
aco,i, nabual din na may sugat naman.

Di co namalayan yaring pagcatauo
sapagca,t, malalim ang naguing sugat co,
nang maulian ñga at mamulat acó
ay nasasa cuarto doon sa palacio.

Ñg aco,i, lumiñgón ay aquing namasdan
ang nacapaliguid sa aquing hihigan,
ay yaong mag-amá na cadíng Uldeman
at si Orfelina sila,i, nagdaramdám.

Dahilán sa hula nang mañga médico
na lubhang pañganib ang abang búhay co,
sapagca,t, ang sugat malaquing totoó
acó,i, nagsisi na sa mañga sála co.

Caya ang guinaua aco,i, nagdahilán
nang aco,i, bayaan na mapahiñgalay,
sila,i, nagsilabás acó,i, binayaan
saca naghimutóc nang gayaring saysay.

Dios co, Dios co, dumating na bagá
yaong caarauán. nang iyong justicia,
acó bagá Poon susulitin mo na
sa mañga gaua cong malalaquing sála.

Tinacpan mo bagá Poong maauaín
ang pintó ñg iyong taiñgang mahabaguín,
at hahatulan mong pacasasayurin
nag dapat sa aquing mañga gauang linsíl.

Naquiquilala co na aco,i, marapat
na parusahan mo sa bayan nang hirap,
ñguni datapua icao po,i, mahabag
sa nagsisisi na nang lubós at uagás.

Na cun mangyayari aco,i, iyong biguian
nang búhay at lacás ang aquing catauan,

nang macapagsísi nang tunay na tunay
upang macabayad sa madla cong utang.

At gayon din naman yaong Orfelina
babaying mabining loob na maganda,
mangyaring ilauan yaong caloloua
nang talicdan niya manga licóng secta.

Yaong Orfelina nama,i, nacasilip
sa bútas nang pinto,t, caniyang narinig,
lahat nang panaghoy nang aco,i, may saquít
hindi na cumibó at nang matahimic.

Aco,i, gumaling din nang may ilang arao
nagsaolí sa dati lacas nang catauan,
di caguinsá-guinsá acó,i, nacaramdam
tila ang Dios na aco,i, tinauagan.

Caya nauica co oh Dios cong Ama
tatalicdan co na ang pagcacasala,
at gayon din naman ang tanang lahat na
na bagay sa mundo at si Orfelina.

Icao na po lamang aquing sisintahin
sintang Orfelina,i, aquing lilimutin,
ang mahal mo pong Cruz aquing yayacapin
at ang pagca-moro,i, iiuan cong tambing.

¿Babalíc ca sa Crúz? isinagot agad
niyong nagtatago na naquiquimatyag,
acó,i, sa gayon ñga ay biglang nagulat
at si Orfelina ang siyang sumabát.

Ang aquing sinabi ay huag mag-iñgay
cun icao po lamang ay doon lumitao,
sa alin mang bayan nang manga binyagan
pilit mong cacamtan ang caguinhauahan.

Sa cabutihan mo,t, ugaling mariquit
pilit gagantihin nang Dios sa langit,
nang guinhaua,t, tuang di sucat malirip
nang sino mang pantas matalinong bait.

Cun gayo,i, masamá ani Orfelina
ang aming pagsambá sa dios Mahoma,
ang púso co,i, agad napatiguil muna
pumasoc sa loob pagpuri cong una.

Ang isinagot co,i, sa Dios ñga lamang
ay maquiquita mo ang caguinhauahan,
ang balang malayo ang casasapitan
madlang cahirapang ualang catapusán.

Ani Orfelina,i, baquit guinaua mo
na tinalicdan mo Dios na totoo,
hindi ca natacot sa parusa nito
icao,i, naparito na nagdamit moro.

Aquing sinalitá boong naguing búhay
mulang pagcatauo sa sariling bayan,
tanang dinaanang manga cahirapan
uala ñgang nilisan hangang catapusán.

Aco,i, natatacot sa aquing paglimot
at pagtalicód co sa totoong Dios,
ang damit nang moro,i, aquing isinuót
sucat ang isipi,i, nacaquiquilabot.

Isa pa sa roon baquit naca isip
sintahin nang tapát sa púso at dibdib,
ang cagandahán mo himalá nang diquit
talastás co,t, ito,i, ualang masasapit

¿Ualang masasapit? ani Orfelina
sagot co,i, malayo na maguing asaua,

cahiman at aco,i, sacaling masinta
nang cariquitan mo ay paano bagá.

Ang tayo,i, macasal malayong di palac
at aco sa iyo,i, hindi nararapat,
dahil sa láhi mo,i, sa mahal nagbuhat
paanong mapantay ang para cong hamac.

At bucod sa rito,i, mayroong isa pa
na lalong malaqui na maca-antala,
ang Dios sa langit aquing sinasambá
icao nama,i, iba,t, yaong si Mahoma.

Ani Orfelina,i, cun icao ay moro,
¿acó,i, siya caya na sisintahín mo?
cun ang Turquía,i, aquin ang isinagot co
aquing iaalay sa manga paá mo.

¿Cun acó sacali naman ay binyagan,
iyong iibiguin nang pagsintang tunay?
sagot co,i, cun aco,i, may coronang tangan
iaalay co rin sa yapac mong mahal.

Nguni,t, sayang lamang nang ating acala
cung gunigunihin ang daquilang tuà,
at uala rin naman tayong mapapala,
mabuting itiguil ang pagsasalitá.

Aco,i, tulutan mo na macapagtanan
ang nagauang sála,i, upang pagsisihan,
ani Orfelina icaó ay maghintáy
sa sasabihin co ay iyong paquingán.

Pagca,t, narahuyo yaring aquing dibdib
suminta sa iyong tapat na pag-ibig,
di co ipapayag na icao,i, umalis
at aco,i, sasama anomang masapit.

At ibig co nañgang magcristianang tunay
caya ñga at acó ay iyong turuan,
nang aral nang Dios sa sangcalañgitán
at cun matuto na ay iyong binyagán.

Aquing tinuruan nang ating doctrina
madaling natuto ang casi co,t, sinta,
at nang matuto na,i, bininyagán síya
na cun caya naman ñgayo,i, cristiana na.

Nang mabinyagán na,i, sabihin ang tuá
acó na aniya,i, caibá nang lubha,
ang gracia nang Dios namahay na cusa
sa caloloua co,t, di na mauaualá.

Isang hapon ñganing ang cadí,i, umalís
acó ay nañgahas pumasoc sa silíd,
nitóng Orfelina,i, at ipinagsulit
dumating ang oras na aquing ninais.

Aco ay aalís na magtutumanan
at aco,i, titirá sa bundóc at párang,
ang mañga sála co,i, doon tatañgisan
upang patauarin nang Dios na mahal.

Ani Orfelina,i, huag Dionisio,
huag cang umalis na aco,i, iuan mo,
acó ay sasamá,t, dadamay sa iyo
anoman ang hirap ay titiisin co.

Nang aquing maquita ang tibay ñg nais
nang caniyang puso,t, sasamang aalís,
aco ay tumiguil pinag-isip-isip
cun cami,i, magtanan lubhang mapañganib.

Ñguni,t, naghandá na nang aming dadalhin
sa aming pag-alis mañga babaunin,

calam alám ṅga ay siyang pagdating
caramihang morong sa guerra,i, nangaliug.

Sila ay tinalo nang maṅga cabaca
caya nagsipasoc sa bayang Ubeda,
ang manga cristiano,i, hindi nagpahiṅgá
parang manga ganid nang pananandata.

Sila,i, sumalacay sa loob nang bayan
aco ay casama nang cadíng Uldeman,
sabihin pa baga manga caguluhán
inġay nang hiyauan nang pagpapatayan.

Aco,i, nahiualay sa aquing casama
napasuot aco sa isang calzada,
at isang cristiano ang aquing naquita
bayani ang ticas nang pananandata.

Aquing naitanóng cun baga nasaan
ang casamang cadí na bunying Uldeman,
sagót ay naroón at guinagatuṅan
doon sa infierno magpaualang hangán.

At ṅgayon din naman icao ay susunód
lalim nang infierno icao,i, mananaog,
pagca uica nitó pagdaca,i, binunot
cabayo co,i, patáy sa tagá at ulos.

Aco ay sumigao na aco,i, cristiano
cahit ang damit co ay tulad sa moro,
caya pa naaua itong caballero,
aco ṅga yaón sagot ni D. Diego.

Icao pala yaong sa aqui,i, nag ligtás
anitong Dionisio laquing pasalamat
at si D. Diego ṅga pagdacay niyacap ·
na pinacahigpit, laquing tua,t, galác.

Aco ay doroon nátira sa bahay
na pinag-hatdán mo at aco,i, inacay,
naringig ang bandong naguing cautusán
nang haring Alonsong pahayag sa tanan.

Na yaong lahat dao na manga sundalo
na nangabubúhay sa hocbó nang moro,
pauang magsiharáp doon sa palacio
ihatid ang armas maguing ali,t, sino.

Ang hindi tumupád nitong cautusán
at sila,i, mahuli na dito,i, sumuay,
sampo nang may bahay na tinitirahán
pauang magcacamit nang caparusahan.

Aco,i, naparoon at aco,i, humaráp
aquing ibinigay ang dalá cong armas,
aco,i, ipinisan sa ibá pang bihag,
at aming hinintay ang hatol na dapat.

Ang isang capitang aquing cababayan
aco,i, naquilala na aco,i, binyagan,
aquing sinalita ang nangyaring búhay
naaua sa aquin at pinapagtanan.

Naquita co naman isang caquilala
nang bago umalis aco sa Ubeda,
aco ay biniguian nang bucód na cuarta
aring habiling co noong pa mang una.

Isang padre naman aquing pinarunán
ang lahat nang sala,i, ipinagcumpisál,
at aquing sinabi na pasasa iláng,
magpepenitencia, minagaling naman.

Aco,i, naglacád na sa bundóc at gúbat
isang cuevang munti aquing hinahanap,

ay may isang pastor na aquing nasabát
siya ang may turo dito rao ang dapat.

Aquing ibinigay ang dalá cong cuarta
at ang aquing bilin aco,i, dalhán niya,
nang ilang tinapay at munting gulay pa
na sa lingó-lingó ay huag sasala

Ang pagcatirá co ay ilan nang buan
na sa cuevang ito,i, nagsisi nang tunay,
at ang Compostela,i, ibig cong parunán
sa isang convento aco ay tatahán.

Salita,i, matapos nitong ermitaño,
nagsabi na naman itong si D. Diego,
aco,i, paalam na,t, salamat sa iyo
lalampás ang arao na itinipán co.

Hindi co ñga ibig ang aco,i, magculang
sa naipañgaco sa sinta at búhay,
ang bilin co lamang huag malimutan
sa iyong dalañgin yaring caibigan.

At tuloy nagyacap ang dalauang ito
di ibig bitiuan nitong ermitaño,
ang uica,i, cun aco,i, na sa sa convento
saca na sabihin tunay na ñgalang co.

Nagtuloy lumacad itong si Marcilla
hindi tumitiguil parang nagsasayá,
nang may dacong hapon siya,i, nacaquita
nang nañgaglalacád tuñgo sa Córdoba.

Itong si Marcilla siya,i, naquipisan
sa nañgaglalacad na mañgañgalacal,
sapagca,t, ito ñga,i, matuid na daan
tuloy sa Toledo niyang pinapacay.

Nang malalapit na doon sa Córdoba
isa namang moro,i, nasalubong niya,
pagdaca,i, tumiguil naquilala siya
at tambing tinanong itong si Marcilla.

Ang tanong nang moro icao ba,i, doroon
sa bayan nang Saléng di pa nalalaon,
sagót ni Marcilla,i, tunay iyang tanong
doon aco galing nang lacad co ñgayón.

Tumanóng ang moro icao ba,i, natirá
doon sa palacio nang bunying Abdalla,
ay tunay ñga yaon sagót ni Marcilla
mañga ilang buan aco,i, nacasama.

Cun gayo,i, naparoon anang moro naman
icao sa Africa,t, iyong sinamahan,
ang batang si Mahut na anac na tunay
ni Mahomad Zeit hangang Saléng bayan.

Sagót ni D. Diego ang sabi mo,t, badyá
siyang catunayan at hindi ñga ibá,
cun gayon ay icao may ñgalang Marcilla
na inaligtas dao nang isang dalaga.

¿Anó di mo bagá nababalitaan
cun si Orfelina caya,i, napasaan?
anitong Marcilla,i, di co naalaman
cun saan tumuñgo ang babaing iyan.

Sa bayan nang Salé nang aco,i, umalis
ay si Orfelina,i, di pa nagbabalic,
sila,i, naparoon sa bayang Mekinez
di co na masabi cun anong nasapit.

Naaalaman mo anang moro naman
na si Orfelina ñgayon ay nagtanan,

casama,i, si Ali,t, ang binibintañgan
uala cundi icao ang siyang may tañgay.

Icao,i, maniuala anitong Marcilla
uala acong malay nang pag-alis niya,
anoman ay ualang sinasabi siya
hindi co asahang may nañgañgasaua

Di mo baga alám anang moro naman
cun cayá si Mahut doon pinatahán,
ang ibig nang ama ay macasintahan
nitong Orfelina at sila,i, macasal.

Di co naalaman uica ni D. Diego,
cun gayon ang sagót naman nitong moro,
huag cang magtuloy pumasoc sa reino
at icao,i, dadacpin dahilan ñga rito.

At si Orfelina nama,i, nasubucan,
sa loob nang cuarto laguing nagdarasál,
na paris nang gaua nang mañga binyagan
caya ang hinala ay cristianang tunay.

At pinatunayang sumama sa iyo
at doon titirá sa bayang cristiano,
caya ang uica co,i, huag cang patuñgong
magtuloy pumasoc sa loob nang reino.

Itong si Marcilla ay nagpasalamat
sa morong causap at saca lumacad,
hindi na pumasoc sa loob nang ciudad
doon ay tumiguil sa may dacong labás

Siya ay nagdaan sa Sierra Morena
bago nagpatuloy sa reinong Castilla,
guinugunam-gunam ang nasapit niyang
mañga cahirapan dahilan sa sinta.

Ñg pa sa España at niyong lumipat
sa reinong Africa,t, iba,t, ibang ciudad,
at ang tiniis niyang di masabing hirap
sa habang panahong siya,i, nabibihag.

Nag-iba nang lacad ang Castillang reino
mula nang mamatay ang haring Alonso,
at ang humalili na naghari rito
ang caniyang anác Enrique primero.

Ang namamahala sapagca,t, bata pang
labing isang taón ang bilang dalá,
ang caniyang ina na nabaong reina
siyang nañgasiua sa reinong Castilla.

Nang dumating nañga sa Castillang bayan
itong si Marcilla,i, doon nagtuluyan,
sa caniya bagang naguing caibigan
na pinaghabínlan nang ari at yaman.

Sa mabuting palad caniyang naquita
si Lope de Harong caibigan niya,
anác niyong conde de Harong patay na
caya itong anác ang condeng nagmana.

Siya,i, naqui-usap mangyaring lacarin
na siya,i, tulutang maca-ouíng tambíng
sa sariling bayan tuloy madalá co rin
ang pagca-capitán na sariling angquin.

Nilacad din naman nang conde de Haro
sa laqui nang aua dito cay D. Diego,
caya ñga nasunód ninanasa nito
sabihin ang tuang hindi mamagcano.

May isang dumating capagca-umaga
ipinagtatanong ang ñgalang Marcilla,

cun baga sacaling dito,i, natitirá
acó ay may dalang sulat sa caniya.

Yaong si Marcilla,i, lumabás pagcuan
sulat ay quinuha at agad binucsán,
acala,i, sulat na nang sinta at búhay
nğuni,t, nang basahin gayarí ang laman:

Ito,i, basahin mo caibigang Diego
ang may sulat nito,i, ang nğala,i, si Pablo,
de Azcar ang tauag siyang apellido
at hindi Dionisio na naquilala mo.

Naaalaman mo nang aco,i, magtanan
at di na lumitao sa sariling bayan,
aco ay nagbago nang aquing panğalan
nang di maalaman cun aco,i, nasaan.

At nang matantó mo ang huling búhay co
nang icatlong arao niyong pag-alis mo,
ay aquing iniuan tahanang desierto
at aco,i, pumasoc sa isang convento.

Acó ay lumacad tunğo sa Galicia
nang aco,i, dumatíng ay aquing naquita,
caramihang tauo na nanğagsasayá
at may isang bagay sinsusundán sila.

Lumapit na aco,t, nang aquing matingnan
at ipinagtanong cun ano ang bagay,
nang canila bagang manğa casayahán
na di co maquita,t, ang tauo,i, macapál.

Aco,i, sinagót din naman niyong isa
sabi,i, may dumating isang africana,
na cauili-uili sa diquit at ganda
ang ibig ay masoc sa pag-cristiana.

Sa lagay nang-anyó ay tila mayaman
at may dugong mahal sa lagay nang asal,
siya,i, ipapasoc sa ating simbahan
at sa monasterio siya ay tatahán.

Ang sabi dao nito siya,i, cristiana na
cahit lubhang lihim bininyagán siya,
maraming alajas na caniyang dalá
gayon din sa pilac at iba,t, iba pa.

Sa mañga salanta,i, ipanglilimos dao,
sa mañga may saquít mahirap ang búhay,
at isang alila ang casama lamang
caya cáming lahat-ay napapamaang.

Cumutóg sa aquing loob na mag-isa
baca cayá ito ay si Orfelina,
aco,i, naquisicsíc nang aquing maquita,
abá co, Dios co, siya ñga,t, di iba

At azul celeste ang pinacamanto
isang velong putí ang taquíp sa ulo,
at saca pumasoc sa loob nang templo
ang tañgan sa camay isang Santo Cristo.

Nagsipasoc nañga doon sa simbahan
caramihang padres siyang caagapay,
pagdating lumuhód sa haráp nang altar
dito ay nañgaco sa Dios na mahal.

Na di tatalicód sa pagca-cristiana
at ang calinisan iiñgatan niya,
upang maguing dapat na maguing esposa
nang Dios na Poon abang caloloua

Sabihin pa baga ang tua at galac
nang púso co,t, loob nang ito,i, mamalas,

hindi co napiguil luhang lumagaslás
at si Orfelina,i, sa Dios narapat.

Ang alilang Ali,i, naquita co naman
di pa siya dapat na doo,i, maramay,
sapagca,t, hindi pa marunong magdasál
nġ maguing dapat ngang siya,i, mabinyagán

Nang quinabucasan aco,i, napatungo
tuloy naquiusap sa isang convento,
nang aco,i, maquita nang punong prelado
tambing pinayagang pumasoc na rito.

Ang conventong ito,i, malapit na lubha
sa quinalalaguian mang sinta co,t, mutya,
ay naisipan co upang maunaua
isulat sa caniya ang nangyaring paua.

Ano pa ay tambing siya,i, sinulatan
sinalitang lahat ang nangyaring búhay,
loob niya,t, púso ay nagcamamanghan
matantong buháy pa ang acala,i, patay.

Nġuni at ang bilin sa may dalang criado
aniya,i, sabihin sa may sulat nito,
aco,i, natutua nang pagpasoc dito
magbabagong búhay iiuan ang mundo.

Salamat at caniya acong inaralan
nang aral nang Dios tuloy bininyagán,
ang bagong esposong aquing inihalál
ay si Jesucristong sumacop sa tanan.

At hindi na aco yaong Orfelina
cundi si Beatriz ang ngalang bago na,
at de la Trinidad ang idinugtong pa
sa caniya aco,i, tunay na patay na.

MARCILLA.   7

Mañga sabing yaon ay canili-uili
aco naman ñgayon pumasoc na monje,
hiñgi co sa Dios icao,i, manatili
at macasal cayo nang sinta mo,t, casi.

Matapos mabasa ni Diego ang sulat
siya,i, humandá na naman sa paglacad,
sabihin pa baga halos ay lumipád
nang agad maquita yaong nililiyag.

Sa may dacong hapon ñg siya,i, dumating
caniyang natanao muog nang Teruel,
sa labás nang bayan muna ay humimpil
hinintay ang gabing malabis nang dilim.

At saca pumasoc sa loob nang bayan
nang mañgagulat dao ang tanang daratnan,
caya ñga,t, humimpil sa dinatnang bahay
hinintay ang gabi bago magtuluyan.

Suma-gumamgunam ang sintang Isabél
pilit matutua at siya,i, dumating,
ang sariling púso ay cun tatanuñgin
cahit natutuá ay nalulumbay rin.

Ano na aniya at hindi sumayá
yaring aquing púso ñgayon na rito na
matay mang piliting aco,i, maligaya
ay gumiguiit din ang lumbay at dusa.

Nagcataon namang may isang nagdaan
na isang matanda tumauag sa bahay,
humiñgi nang tubig siya,i, nauuhao
maquita ni Diego,i, naquilalang tunay.

Tinanong ni Diego na, cun saan tauo
sagót nang matanda,i, tagarito aco,

múli pang tumanong itong si Diego
cun naquiquilala yaong si D. Pedro.

Sapagca ñga,t, aco niyong unang arao
aco,i, napatirá dito rin sa bayan,
ay may. naquilalang Diego ang pañgalan
saca si Isabél na dalagang hirang.

Sagót nang matandá yaon ay totoó ,
sapagca,t, aco ñga,i, bata ni D. Pedro,
di naquiquilala itong si D. Diego
at damit capitan nang mañga sundalo

Anitong matandá capua may sinta
yaong si D. Diego,t, Isabél Segura,
ay sayang na sayang cun nabuhay sana
ay silang dalaua ang mag-aasaua.

Di anong gagauin si Diego,i, napatay
sa guitna nang hochó nang mañga caauay,
gayon ang balita at mañga sabihan
caya si Isabél sa iba nacasál.

Napasigao agad itong si Marcilla,
ano ang sabi mo,t, iquinasál siya,
sigao na malacás matanda,i, naguicla
acala,i, cun ito ay napaano na.

Pagdaca,i, namutla much ha ni D. Diego
nagsipañgalisag ang buhóc sa ulo,
matandang causap ay natacot dito
sa lagay at anyó ulól na totoó.

Saca naghimutóc uica,i, iquinasál
at tuloy nabual sa paghihimatáy,
ibig nang matanda,i, caniyang daluhan
ñguni,t, natatacot hindi malapitan.

Mapamayá-mayá,i, nagtindig na bigla
nagbuntong hiniñgá,t, casabay ang uicang,
ano pang hihintin ualang ualá nanğa
cundi ang mamatay pumanao sa lupa.

Pagdaca,i, binunot ang espadang sacbát
matanda,i, sa tacot nagtacbó nang agad,
espada ay tila ibig na isacsác
sa caniyang púso,t, matapos at sucat.

Nğuni,t, napatiguil parang nalinauan
ang uica,i, hindi pa dapat ang mamatay,
lumacad na siya na nagdahan-dahan
hangang sa dumating sa loob nğ bayan.

Sa pintó nang bahay nang ama at ina
ni Diego,i, naroo,t, nag-uusap sila,
nang sa cay Isabél na pag-aasaua
daming panaohi,t, malaquing abala

Sila,i, nacariñgig yabág nang cabayo
canilang natanao isang caballero,
anila,i, capitan ang naparirito
ating salubuñgin at mahal na tauo.

Si Marcilla nama,i, nang malalapit na
pagdaca,i, tumauag ama co aniya,
mariñğíg nang ama pagdaca,i, naguitla
anac cong si Diegong bunsó niyaring mata.

Pagdaca,i, niyacap bunsó niyang anac
sa malaquing tua ang luhay nalaglág,
ang ina,i, gayon din parang napaaquiat
sa lañgit nang tua sa anac na liyag.

Sigabo nang tua,i, nang dumalangdalang
sinalitá nañgang ang balita,i, patay,

itong si Marcilla na anac na mahal
sa guitna nang campo nang mañga caauay.

Caya pala gayo,i, talagang sinucáb
niyong si D. Pedro,t, sinamsám na lahat,
tungcol sa cay Diego nangaling na sulat
ay itinatago at ŋang di mahayág.

Nang di ñga matantó niyong si Isabél
na siya,i, buháy pa at nang huag hintin,
nang siya,i, pumayag na mapacasál din
doon cay Azagra na mamanugañgin.

Matapos humapon itong si Marcilla,
sinalitá nañga sa ama at ina,
boong naguing búhay dinaanan niya
sampong pagcabihag doon sa Africa.

Sinalitá naman nang mañga magulang
dinamdám nang púsong mañga calumbayan,
sampuo ni Isabél niyang casintahan
caya ñga,t, nagbago mañga calooban.

Yaon po,i, tantó co sagót ni D. Diego
sa labás nang bayan nabalitaan co,
ang sagót nang ama cun gayo,i, alám mo
na iquinasál na sa arao na ito.

Oo, po, ang sagót naman ni Marcilla
ano pong gagauin ay capalaran na,
nasoc na sa cuarto at magpapahiñgá
ang loob at puso ay tantong balisá.

Anoman ang gauin ay di macatulog
at babaling baling ang púso at loob,
hihiga,t, babangon ay naghihimutóc
casabáy ang luhang sa mata,i, nanagos.

Doon sa bintana siya ay dumuñgao
bahay ni Isabél caniyang natanao,
nariñgíg diñgíg pa ang mañga tugtugan
nang mañga música nang bagong nacasál.

Umurong nang munti at saca nag uicang
sabay naghimutoc; ¿ay paano caya?
D. Pedrong sucaban baquit mo dinaya
púso ni Isabél sintang minumutya

Icao na Azagra,i, baquit mo inagao
púso ni Isabél na sa aqui,i, laan,
cayo,i, mañgag-iñgat at sa cagalitan
yaring aquing púso,i, puputóc na volcán.

Aquing gagantihin tanang mañga gaua
ninyong pagsusucáb at aco,i, dinayà,
nang di pamarisan nang mañga capuá
maglililong loob at di na naaua.

At icao,i, gayon din na lilong Isabél
ano,t, pumayag cang aco,i, pagliluhin,
datapua,t, hindi ualáng sala mandin,
púso mo,i, may hirap na caparis co rin.

Nang mahating gabí na pauang tahimic
mañga panaohin pauang nag si alis,
si Isabél nama,i, nang yaring namanhic
sa esposo niya nang gayaring sulit:

Aco, esposo co, mangyaring tulutan
mag-isa sa cuartong huang sasamahan,
aquing tutuparin ang pañgacong dasál
sa arao na ito,i, siyang catapusán.

Ang arao na ito,i, catapusán mandin
pañgaco cay Diego na siya,i, hihintin,

caya tulutan mong aco,i, manalañgin
hangang búcas lamang uala nang panimdim.

Tinulutan naman nang sintang esposo
caya ñga,t, natulog sa bucód na cuarto.
si Isabél naman lumuhód na rito .
sa haráp nang altar sa paá ni Cristo

Sa oras na yaon nang pananalañgin
nariñgíg ang tauag nang uicang Isabél,
Isabél (aniya) acó ay liñgunin
at iyong pagmasdan ñgayon at quilanlín.

'Isabél lumiñgón agad napaguiclá
na quinilabutan at tuloy nagbadyá,
tiguil na cun icao,i, siyang caloloua
niyong namatay nang Diego de Marcilla.

Hindi caloloua sagot ni D. Diego,
aco,i, titigan mo at acó ay tauo,
acó ay si Diego na casintahan mo
ñgayo,i, tutuparin tanang pañgaco co.

Inalis ang capang taquíp sa catauan,
lumitao ang damit nang pagca-capitán,
anitong Isabél icao pala,i, buháy
ang loob co,t, púso,i, nagcaca mamanghán.

Sagót ni Marcilla acó ñga,i, buháy pa
caya naparito ay tutupding co na,
ang naipañgaco mulá pa nang una
carañgala,t, yaman ñgayo,i, dalá co na:

Madlang cahirapan na hindi maisip
dahilán sa iyo ay aquing tiniis,
sinagasang lahat ang mañga pañganib
nabihag nang moro sa cárcel napiit.

Hangáng nacuculóng sa loób ng cárcel
laguing nananangis at dadaing-daing,
tumatauag-tauag sa ngalang Isabél
na sa gabi,t, arao ay pinapanimdim.

¿Aling púso caya ang hindi magdamdám
maquita ang sinta,i, ibá ang may tangan?
¡capalara,i, baquit at di pa napatáy
aco sa pagtalád sa manga caauay!

Disin ang búhay co ngayó,i, matahimic
at di co dinamdám itong lálong sáquit,
mahiguit sa lahat yaring napagsapit
na ang casintaha,i, ibá ang magcamít.

Anitóng Isabel, Dios co, Dios co,
mangyari pó lamang na ipatanghal mong
acó,i, ualáng sála sa lahat nang itó
at cahit nacasál, uala acong gustó.

Sucat na Isabél, uica ni Marcilla
ang sabi mong iyán ay siyang lalo pa
na nagpalalá nang hirap at dusa
caya patauarin Isabél cong sintá.

Aco,i, aalis na sa madaling arao
at maglalacád na sa malayong bayan,·
adios, Isabél mangyaring tulutan
na sa iyong pisngi,i, lábi co,i, humimlay

Sagót ni Isabél maghintáy ca Diego,
alalahanin mo ang pagcalagay co,
aco,i, di na iyo,t, mahalay bantá co
sapagca nga,t, ngayon aco,i, may esposo.

Sagót ni Marcilla, Isabél cong búhay,
Isabél, tingnan mo,t, acó,i, mamamatáy,

Dios co, patauad, at sacá nabuál
sa sillang luclucan ay napahandusáy.

Isabél natacot tinauag pagdaca
ang esposo niya at ipinaquita,
nang canilang tingnan mistulang patáy na
caya pinag isip ang gagauin nilá.

Canilang binuhat ang cay Diegong bangcáy
saca inihatíd doon sa pintuan,
nang canilang bahay at doo,i, iniuan,
gabí ay madilím ualáng nacamalay.

Maguising ang amá capagca-umaga
pumasoc sa cuarto at titingnan niya,
ang anác na Diego,i, nang hindi maquita
ang loób at púso,i, agád nabalisa.

Bintana,i, binucsá,t, caniyang tinanáo
ang anác na Diego,i, cun bagá nasaan,
nang maquita niya,i, napapahandusáy
sa pintó nang daa,t, mistúla nang patáy.

Sabihin pa bagá manga pananañgis
nang amá at iná-at manga capatíd,
nangapapahiyáo nang sila,i, lumapit,
binuhat na nila saca ipinanhic.

Manga pananañgis, manga hagulgulan
nang manga caharáp at manga magulang,
caya namalayan nang lahat sa bayang
si Diego,i, dumating at tambing namatáy.

Si Isabél nama,i, laguing inaalio
nang amá,t, esposo nang huag manimdim,
itó i, nagpaquitang loób na matining
at di nagpamalay nang manga gagauin.

At sa bahay naman niyong si D. Diego
halos boong bayan pauan nagsidaló
napapahinagpís yaong manga tauo
sa nangyaring búhay napagsapit nitó.

Nang nagagayác na yaóng paglilíbing,
\doblas nang campana,i, hindi tumitiguil,
boóng sambayan,i, nagsisamang tambing
niyong inilabás tauo,i, sapinsapin.

Si Isabél naman sa sariling cuarto
siya,i, nag-iisa ang uica,i, ganitó,
¡maauaing lañgit.! tunghayan mo acó..,
Diego,i, maghintay at acó,i, hintin mo.

Sa nangyaring yao,i, Isabél nanaog
ang boóng catauan sa lucsá,i, nabalot,
hangang sa simbahan ay umalinsunod
na di naquilala ang lagay at ayos.

Nang guinagauá na tanang catungculan
nang lahat ñg padres sa nasabing bangcay,
babai,i, dumuló̀g ualáng nacamalay
bangcáy ay niyacap na pinananĝisan.

Na sa calaunang yácap na mahigpít
nang abang babaing parang nananañĝis,
yaóng madlang tauong doo,i, nagmamasíd,
caya di pinansin acala,i, capatíd.

Sa gayong nangyari na manga paraán
isang sacerdote na cay Diegong pinsan,
ay sa cainipan niyong calaunan
babai,i, dinuló̀g biglág nilapitan.

Nang maquita niyang yácap na mahigpít
si Isabél pala hininĝa,i, napatíd,

libing napatiguil muling ibinalíc
at pag-uusapan itóng napagsapit.

Ñgayong dalaua na ang canilang patáy
pinagcaisahán niyóng caramihan,
dapat pagsamahin sa isang libiñgan
ang dalauang itó na magcasintahan.

Nang ililibing na ang dalauang itó,
tauo,i, nagsisicsíc sa lóob nang templo,
sa isang mariquít na libiñgang bató
doón inilagay Isabél at Diego.

Ititiguil co na tanang dinaanan
ni Diego,t, Isabél na magcasintahan,
cahit di nagsama noong sila,i, buháy
nagsama rin naman nang sila,i, mamatáy.

UACAS

Sa cabiglaanan niyong pagcamatáy
nang bunying Isabél bagong iquinasál,
napútol at sucat ang inaasahan
nang esposo niyang mañga caaliuan.

Sabihan pa bagá ang lumbáy at hapis
niyong si Azagra,t, mañga pananañgis,
sa nangyaring búhay mañga napagsapit
nang biglang n:aualá na esposang ibig.

Ang amá ni Diego ay gayondin naman
namahay ang púso sa dálita,t, lumbáy,
hangang sa tumanda laguing dumadalao
sa pinaglibiñgán nang anác na mahal.

Yaóng si D. Pedro naman ay gayondin,
sa lumbáy nang púso,t, mañga paninimdim,
nang pagcamatáy ñga nang anac na guilio,
ay ualang may sála cun hindi siya rin.

Sariling conciencia,i, laguing ñgumañgayñgay
dahil sa caniyang mañga casaquimán
sa yama,t, sa puri,t, mañga cataasan,
ay ang naguing buñga anác ay namatáy.

Caya di nalaon siya,i, nagcasaquít
at di na nagbañgon sa hihigáng baníg,
nainís ang púso sa lumbáy at sáquit
nang di macacaya hiningá,i, napatíd.

Aug manga nagmana nğ caniyang yaman
nang canilang bucsán tanang casangcapan,
ay sa isang cajón natuclás tuclasán
caramihang sulat na naiinğatan.

Caya pala gayón tanang manga sulat
niyong si D. Diego,i, sinamsám na lahat,
ang sulat sa amá gayondin sa liyag
saca binalitang ito,i, napahamac.

Dahil si Isabél laláng na dináya
sa uicang si Diego,i, patáy na mistula,
caya nğa gayón na súlat man ay uala
na cun nabubuhay ay mauunaua.

SULAT NI DIEGO

Sa cay Isabel.

Ang naunang sulat gayari ang turing
oh cauiliuiling sintá cong Isabél,
mag-uaualóng arao pagcaualay natin
nang di pagsisilip nang iyong loningning.

Sa paquiramdám co,i, sangdaang taón na
itong úalong arao na di pagquiquita,
ang loób co,t, púso,i, lubhá nang balisa,t,
ualang caaliuan ang dalá cong dusa.

Gaano pa cayang dadaanang hirap
sa naipañgacong limang taóng singcád,
na di maquiquita ang himalang dilág
nang iyong larauan ¡oh sintá co,t, liyag!

Ñguni datapuá aasahang co rin,
ang Dios na Poón tutulong sa aquin,
gaano mang laon aquing titiisin,
macararating din sa panahóng taning.

Acó,i, napalistá sa mañga cruzado
sa haring Alfonsong may gayác na hocbó,
at búcas na búcas pa sa sa Toledo
aming babacahin yaong mañga moro.

Caya ñga Isabél ay magpacatibay
púso sa pag-ibig huag malimutan,
at acó,i, hahanap nang sariling dañgál
sa campo nang guerra nang pagpapatayan.

Lahat nang panğanib aquing susuutin
malauac na dagat aquing tatauirin,
paghanap nang danğál yaman ay gayon din
upang maihandóg sa buti mo,t, ningning.

Tayo ay manalig sa mahal na áua
nang Dios na Poong lubhang macalinğa,
tayo,i, iinğatan at ililigtás nğa
sa capanğaniban at madlang sacuná.

Diego de Marcilla.

SULAT NI DIEGO

Sa cay D. Pedro Segura.

Pinacamamahal amáng quinilala,
ipatauad mo pó ang tauag cong amá,
cahit di pa dapat aasahan co na
sa túlong nang Vírgen ay hindi sasala.

Sa áua nang Dios ualáng dinadamdám
na anomang saquít ang aquing catauan,
ang púso co,t, loób ang balisá lamang
sa di pagca oui at cayo,i, madalao.

Acó pó,i, sumulat sa amá cong poóng
cayo,i, balitaan nang lagay co nğayón,
acó,i, naguing puno doon sa escuadron
may caranğalan na,t, yamang natitipon.

Ang haring Alonso sa reinong Castilla
nang matantó niya gauá co sa guerra,
acó ay minahál guinanti pagdaca
capitan nang dragón sa reinong Castilla.

Nahabág sa aquin ang Dios sa lañgit
dahil sa magaling ang layon nang dibdib,
hindi sa masamá cundi sa matuid
nang acó,i, macasál sa anác mong ibig.

Caya ñga pó, amá,i, ang capamanhican
niyaring alipin mo,i, iyong alalayan,
púso ni Isabél na magpacatibay
at alalahanin ang abá cong búhay.

Ang caniyang púso,i, laguing aaliuín
iyong iaaral ang pagtitiís din,
cahit mapañganib pinasucan co rín
itong magcruzado sa caniya,i, dahil.

Ito na pó lamang at ualá nang ibá
at mag útos naman sa icacacaya,
nitong alipin mo na tumatalagá
sa lahat nang oras na.

Diego Marcilla.

SULAT NI DIEGO

SA CANIYANG AMÁ

OH! caibig ibig amáng nililiyag
ipatauad mo pó ang di co pagsulat,
ang nacaantala,i, pagsunód pagtupad
sa catungculang co na aquing niyacap.

Sa áua nğ Dios ay ualá pong damdám
na anomang saquít ang aquing catauan,
ang loób co,t, púso ang balisáng tunay
mulá nang maualay sa inyong harapán.

Pagcatanğan co na nang dalang espada
sa canunuan co na aquing minana,
ipinamiyapis sa manğa cabaca
sa guerra sa Navas sacóp nang Tolosa.

Aquing inaligtás sa camáy nang moro
ang na sa panğanib na conde de Haro,
sa nangyaring yaón napataás aco
guinauang capitan nang manğa cruzado.

At gayondin naman acó ay nilac-hán
nang cabahagui co sa manğa nasamsam,
manğa pag-aari,t, manğa cayamanan
na aming nabihag sa manğa caauay.

Gayon din pó naman nang acó,i, sumamang
inagapayanan yaong embajada,

MARCILLA.   8

na utos nang hari dito sa Castilla
nğ cami,i, paroón sa ciudad nang Roma.

At sa conde Monfort nacasama acó
sa caniyang dalá na daquilang hocbó,
cami,i, nagtagumpáy sa mañga catalo
napuri din naman sa batallang itó.

Caya nang matantó nang haring maranğal
ang mañga gauá co sa gayóng tagumpáy,
aco,i, itinaás at naguing capitan
nang lahat nang dragón sa sangcaharian.

Bucód pa saroon biniguian pa acó
mğa cayamanang saganang totoó,
at dalauang taón nabauas pa rito
sa aquing pañgacong limang taóng hustó.

Tila pó ang Dios sa aqui,i, nahabág
caya ñga,t, inacay sa magandang pálad,
sa arao at gabi,i, hindi lumilicat
ang aquing pagtauag at pasasalamat.

Ang lahat nang ito,i, iyo póng sabihin
sa iniirog cong mabunying Isabél
sa caniyang amá naman ay gayon din
acó,i, may danğal na,t, cayamanang angquin.

Sa mahal cong iná ay gayondin nama,t,
mañga capatid cong pinacamamahál,
cahimanauari,i, maca-ouing buháy
itong anác ninyóng sauing capalaran.

Diego de Marcilla.

SA NAGSISIBASA.

Cayong bumabasa,i, iliñgap ang isip
dito sa dalauang nagca-isang dibdib,
hangang sa mamatáy hininga,i, napatid
doon sa libiñgan sila,i, nagcasanib.

Sila ñga ang siyang dagat salaminin
nang may mañga budhíng dañgal na inangquín
mañga binibini na sino ma,t, alin
ugali,i, tularan nitóng si Isabél.

Pagsinta cay Diego hangang sa mamatáy
sa pag-ibig niya búhay idinamay;
at nag-asaua man sa di calooban
ang iñgat na puri,i, hindi nalamatan.

Umilag cay Diegong tali nang hininga,t,
niliñgap ang puri,t, dañgál nang asaua,
caya ang sino man sucat na pumara
dito cay Isabél loób na maganda.

Sucat hangang dito sa inyong nanasa
isilíd sa loób ang caso nang vida,
cun may malí,t, culang sámo sa canilá
capupuná,i, cayong lumasáp nang lása.

FIN.

SALITAAN SA PANYÓ

Ihaplós sa manĝa lábi: Ibig cong maquipag-
sulatan.

Ihaplós sa manĝa matá: Lubhang nalulung-
cot acó.

Ihaplós sa caliuáng camáy: Icao ay quinapo-
pootan co.

Ihaplós sa dalauang pisñĝí: Iniibig quita.

Bayaang malaglág: Tayo,i, magcacaibigan

Ipatong sa pisnĝing cánan: Oo.

Ipatong sa pisnĝing caliuá: Hindi.

Ihaplos sa balicat. Sumunod ca sa aquin.

Ihaplós sa tainĝang cánan: Uala cang pag-
tatapát

Ihaplós sa tainĝang caliuá: Mayroon acong
isang sulat para sa iyo.

Ihaplós sa dalauang matá: Lubhá cang ua-
lang áua.

Ticlopin Ibig cong maquipag-usap sa iyo.

Ticlopin ang manĝa dulo: Hintain mo acó.

Pilipitin nang dalauang camay: Pagpapaua-
lang halagá

Pilipitin nang camay na cánan: May ibáng
iniibig acó.

Pilipitin nang camay na caliua: Magpasial cayó,
ayao acong maquialam sa inyó.

Ibuhól sa hintutúro: Mayroong casintahan acó.

Ibuhól sa susuotang singsing: Mayroong
asaua acó.

Ibuhól sa boong camay: Acó ay sa iyó:

Paglaroán ang panyó: Pinauauálán quitang
halagá.

SALITAAN SA PAMAYPAY

Dalhing nacabitin sa camay na canan. Ibig cong magcanovio

Dalhing nacabitin sa camay na caliuá Mayroong casintahan acó.

Ipaypáy na madalas. ¡Malaqui ang pag-ibig co sa iyo!

Ipaypáy na marahan. Ualang halagá ca sa aquin.

Iticlóp na biglá. Quinapopootan quita.

Bayaang malaglág Acó,i, tapát na loob sa iyó.

Dalhin sa siping nang púso. Nagdadamdam acong malabis dahil sa iyo.

Tacpán ang calahati nang muc-há. Sumunod ca sa aquin.

Bilangin ang manga tadyáng. Ibig cong magsalitá sa iyó

Paglaroan ang borlas. Umiibig acó sa iba at iniibig naman acó.

Huag dalhin ó ilagay sa bulsa. Ayao acong maquipag-ligauan.

Mğa awit at corridong tagalog.

Buhay ni Aladino		0 15
« « Abecidario		0.15
« « Alejandre at D. Luis		0.15
« « Almanzor		0.10
« « Adan at Eva		0.15
« « Arturo, Lauro Rosalio		0.15
« « Amang si Jesús		0.10
« « Baldovino		0.15
« « Beatriz		0.10
« « Beata María		0 10
« « Bernardo Carpio		0.15
« « Bertong Lasing		0.15
« « Blanca Flor		0.10
« « Babaying Samaritana		0.10
« « Cabayong Tabla		0.10
« « Celira		0.10
« « Conde Urbano		0.10
« « Constancio at Urbacio		0.25
« « Cricelda		0.10
« « Dama Ines		0.10
« « Diluvio Universal		0 15
« « Doña Marcela		0.10
« « Doña María Ahas		0.10
« « Doce Pares		0.20
« « Doncella Teodora		0 15
« « Dr. JOSE RIZAL		0 20
« « Dr. JOSE BURGOS		0.15
« « D. Diego at D'a Juana		0.10
« « Edmundo		0.10
« « Eliseo at ni Feliza		0.15
« « Esopo		0.10
« « Emilio		0.10
« « Felizardo		0.10

Buhay ni Principe Gimeno	0.10
« « Panaguinip ng pag-ibig Comedia	0.20
« « Perpetua	0.15
« « Orontis	0.20
« « Igmidio	0.10
« « Oliveros	0.10
« « Arnisto	0.20
« « Pitong Infantes de Lara	0.10
« « Proceso	0 10
« « Plus Santorum, 3 pangkat	0.45
« « Poncio Pilato	0.15
« « Reina Mora	0.10
« « Rectorino, 3 pangkat	0 75
« « Rodolfo	0.10
« « Rodrigo de Villas	0.15
« « San Antonio de Padua, 2 tomitos	0 30
« « San Isidrong Magsasaca	0.15
« « San Francisco de Sales	0.15
« « Santa Ana	0.15
« « Santa Eulalia	0.10
« « Sta María Magdalena	0.15
« « Santa Regina	0.10
« « Santa Elena	0.15
« « Sagrada Misa	0.10
« « Sigesmundo	0.15
« « Sigesmundo Comedia	0.30
« « Sofia, Teresa at Maura	0.15
« « Santong si Moises	0 15
« « Tablante de Ricamonte	0.10
« « Tatlong Número	0.10
« « Tatlong Personas	0.15
« « Tomas at María	0.15
« « Totoo at Sinungaling	0.10
« « Uliran ng Kabaitan	0.10
« « Villarba	0.15
« « Vivencio at Teofila.	0.10

Made in the USA
Monee, IL
18 August 2025

23636763R00070